वाङ्‌मयविचार

वि. स. खांडेकर

संपादक
डॉ. सुनीलकुमार लवटे

मेहता पब्लिशिंग हाऊस

Please contact us at **Mehta Publishing House,** Pune 411030.
✆ +91 020-24476924 / 24460313 / Mob. No. 9545000513
Email : production@mehtapublishinghouse.co
Website : www.mehtapublishinghouse.com

VANGMAYVICHAR by V. S. KHANDEKAR

वाङ्मयविचार : वि. स. खांडेकर / लेखनसंग्रह

संपादक : डॉ. सुनीलकुमार लवटे

Email : author@mehtapublishinghouse.com

मराठी पुस्तक प्रकाशनाचे हक्क मेहता पब्लिशिंग हाउस, पुणे.

प्रकाशक : सुनील अनिल मेहता, मेहता पब्लिशिंग हाउस,
१९४१, सदाशिव पेठ, माडीवाले कॉलनी, पुणे – ४११०३०.

मुद्रक : ट्रिनिटी अ‍ॅकॅडमी फॉर कॉर्पोरेट ट्रेनिंग लिमिटेड

मुखपृष्ठ : सतीश भावसार

प्रथमावृत्ती : ऑक्टोबर, २०१९

किंमत : ₹ २३०

P Book ISBN 9789353173487
E Book ISBN 9789353173494
E Books available on : amazonkindle Apple Books Google Play Books

---

व्रतस्थ पत्रकारितेचा वस्तुपाठ

पार्श्वभूमी

एकोणिसाव्या शतकाच्या पूर्वार्धात मराठी वृत्तपत्रांचा प्रारंभ झाला. मराठीतील पहिलं वृत्तपत्र 'दर्पण'– बाळशास्त्री जांभेकर यांनी ६ जानेवारी, १८३२ मध्ये मुंबईतून प्रकाशित केलं. प्रारंभी, ते पाक्षिक होतं. ४ मे, १८३२ पासून ते साप्ताहिक झालं. ते दर शुक्रवारी प्रकाशित व्हायचं. ते १८४० मध्ये बंद पडलं. ती परंपरा पुढे 'प्रभाकर'ने चालवली. ते वृत्तपत्र २४ ऑक्टोबर, १८४१ रोजी सुरू झालं. लोकहितवादी गोपाळ हरी देशमुख यांची 'शतपत्रे' प्रथम प्रकाशित झाली, ती 'प्रभाकर' मधूनच. मुंबईनंतर पुण्यातून मराठी वृत्तपत्रं सुरू झाली. 'मित्रोदय' (१८४४), 'ज्ञानप्रकाश' (१८४९) यांसारख्या वृत्तपत्रांबरोबर, मुंबईतून 'इंदुप्रकाश' (१८६२) सुरू झालं. 'ज्ञानसिंधु' (१८४२), 'हिंदुपंच' (१८७२) सुरू झाले. पण मराठी वृत्तपत्रं राष्ट्रीय चळवळीची मुखपत्रं बनली, ती मात्र 'मराठा' व 'केसरी' मुळे. पैकी 'मराठा' इंग्रजी वृत्तपत्र होतं. ते २ जानेवारी, १८८१ मध्ये सुरू झालं. त्याचे पहिले संपादक लोकमान्य टिळक होते. 'केसरी' मराठी वृत्तपत्र होतं. ते ४ जानेवारी, १९८१ रोजी सुरू झालं. त्याचे पहिले संपादक गोपाळ गणेश आगरकर होते.

विसाव्या शतकाच्या प्रारंभी, महाराष्ट्रात राष्ट्रीय चळवळीचे दोन विचारप्रवाह जहाल आणि मवाळ प्रचलित होते. 'काळ', 'केसरी', 'हिंदुपंच'सारखी वृत्तपत्रं जहाल विचारधारेचं प्रतिनिधित्व करत असायची. तिकडे दुसरीकडे, नेमस्त वा मवाळाचं प्रतिनिधित्व 'ज्ञानप्रकाश', 'इंदुप्रकाश' करीत. वि. स. खांडेकरांचं वय त्या वेळी अवघं आठ-दहा वर्षांचं असेल. (सन १९०८-१०) ते आपल्या मामांकडे म्हणजे आजोळी सांगलीस राहत. त्यांचे मामा म्हणजे, सांगलीचे प्रख्यात माईणकर वकील. ते नामदार गोखले यांचे चाहते व समर्थक. 'भारत सेवक समाज'चे हितचिंतक असल्याने त्यांच्या घरी नेमस्त पक्षाची समर्थक वृत्तपत्रं 'ज्ञानप्रकाश',

‘इंदुप्रकाश’, ‘हिंदुपंच’ येत असत. वि. स. खांडेकर ती चाळत; वाचत मोठे झाले. ‘केसरी’ही असायचा. घरी मामा नि त्यांच्या मित्रांत ‘जहाल-मवाळ’ असे वादविवाद होत. कळो न कळो, खांडेकरांच्या ते कानांवरून जायचं. त्यातून त्यांच्या मनात राष्ट्रीय चळवळीविषयी जिज्ञासा व जागृती निर्माण होण्यास मदत झाली. वि. स. खांडेकरांचा स्वभाव बुजरा, मवाळ असल्याने त्यांना टिळक, आगरकर, केळकर, कोल्हटकर– प्रभृतींच्या लेखनांचं आकर्षण होतं.

सन १९१६ मध्ये वि. स. खांडेकर (पूर्वाश्रमीचं नाव गणेश आत्माराम खांडेकर) सावंतवाडीच्या काकांना– म्हणजे– सखारामपंत खांडेकरांना दत्तक गेले व सावंतवाडीत आले. त्या वेळी ते अठरा वर्षांचे होते. मॅट्रिक होऊन त्यांनी पुण्याच्या फर्ग्युसन महाविद्यालयातून प्रथम वर्षाचं (प्रिव्हियस) शिक्षण पूर्ण केलं होतं. इंटरच्या वर्गात प्रवेश घेतला होता. त्या काळात त्यांना नाटककार राम गणेश गडकरी यांचा सहवास लाभला होता. इंग्रजी वाचन, व्याख्यान, चर्चा, समीक्षा अशा चतुरस्त्र विकासातून वि. स. खांडेकरांची भाषा व साहित्यविषयक जिज्ञासा प्रबळ होत गेली होती. पुढे शिकायची इच्छा असूनही, दत्तक वडिलांच्या आर्थिक पाठबळाअभावी त्यांना शिक्षण अर्धवट सोडून सावंतवाडीस परतावं लागलं होतं. सन १९१७ला त्यांना पुण्याहून सावंतवाडीस यावं लागणं हा त्यांच्या इच्छेविरुद्धचा प्रवास होता. तो जिव्हारी लागला होता. त्यामुळे १९१७ -१८ असा काळ आजार, उपचारांत गेला. दत्तक बहिणी वारल्यामुळे ते सावरले, तरी मन स्थिर नव्हतं.

अशा मन:स्थितीत त्यांना सावंतवाडीत मेघश्याम शिरोडकर नावाचा समानशील मित्र मिळाला. मैत्री अर्थातच साहित्यवाचन, चर्चेतून झाली. शिरोडकर खांडेकरांपेक्षा वयाने दोन-तीन वर्षांनी लहान होते. असहकार आंदोलन शिगेला असताना शिरोडकर पुण्याच्या टिळक महाविद्यालयात शिक्षण घेत होते. पदवीधर झाल्यावर त्यांनी न. चिं. केळकर, शिवरामपंत परांजपे यांच्या हाताखाली वृत्तपत्रसृष्टीचे प्रारंभिक धडे गिरविले. भारतात सन १९२० ते १९३० चं दशक म्हणजे पंचविशीतील खांडेकर, शिरोडकर यांच्यासारख्या तरुणांच्या दृष्टीने मंतरलेले दिवस होते. महात्मा गांधींच्या ‘खेड्याकडे चला’, ‘शिक्षण बहिष्कार’ अशा आंदोलनांच्या मुशीतून त्या वेळची तरुण पिढी आदर्शवाद, ध्येयवादाने झपाटलेली होती.

‘वैनतेय’चा प्रारंभ

सन १९२० साली सावंतवाडी हे तत्कालीन मुंबई इलाख्यातलं एक छोटं संस्थान होतं. वि. स. खांडेकर शिरोड्यातील ‘ट्यूटोरियल इंग्लिश’ स्कूलचे मुख्याध्यापक म्हणून रुजू झाले होते. ‘नवयुग’, ‘उद्यान’, ‘महाराष्ट्र साहित्य’ यांसारख्या मासिकांतून त्यांचे लेख, कविता, कथा प्रकाशित होत होत्या. परिसरात ते ‘साहित्यिक’

म्हणून परिचित होते. मेघश्याम शिरोडकरांनी लोकांचा कैवार घेणारं, त्यांची दुःखं वेशीवर टांगणारं वृत्तपत्र सुरू करायचं ठरवलं. कोकणच्या कुशीतल्या या लहानशा संस्थानाचं स्वातंत्र्याकरिता तहानलेलं, बाहेरच्या जग नि भारताशी जे नातं होतं, ते त्याला समजावून सांगणाऱ्या वर्तमानपत्राची उणीव सावंतवाडी संस्थानात होती.

ती उणीव भरून काढण्याच्या उद्देशाने, मेघश्याम शिरोडकरांनी एक साप्ताहिक काढायचं ठरवलं. शिरोडकर 'संपादक' झाले. त्यांनी 'सहसंपादक' म्हणून वि. स. खांडेकरांची निवड केली. तिसरे त्यांचे सहकारी होते– मुद्रण व्यवसायी सदाशिवभाऊ साप्ते. त्यांचा सावंतवाडीत 'श्री. गुरुदत्तात्रेय' छापखाना होता. तिथे हे साप्ताहिक छापायचं ठरलं. ही त्रयी 'वैनतेय' साप्ताहिकाची 'संस्थापक' झाली.

नावाची निवड

साप्ताहिकाच्या नावाची निवड वि. स. खांडेकरांनी केली होती. आपण 'वैनतेय' नावाची निवड का केली हे स्पष्ट करताना, वि. स. खांडेकरांनी 'एका पानाची कहाणी' मध्ये नमूद केलं आहे की, ''हे नाव निवडताना माझ्या डोळ्यांसमोर दोन गोष्टी होत्या. जिकडे-तिकडे डोंगरांनी वेढलेला हा दक्षिण कोकणचा भाग. त्या डोंगराच्या एखाद्या खडकावर बसून सूर्याकडे टक लावून पाहणाऱ्या गरुडासारखं काम आपणाला करायचं आहे. धार्मिक, सामाजिक, राजकीय– सर्व बाबतींत लोक गतानुगतिक आहेत, भित्रे आहेत, सत्याच्या सूर्याकडे टक लावून पाहण्याची या समाजाला सवय नाही– अशा समाजात प्रत्येक आठवड्याला विचारजागृती करणाऱ्या वृत्तपत्राला 'वैनतेय' नाव शोभून दिसेल. शिवाय, मेघश्याम हे केळकर, शिवरामपंत परांजपे अशा गुरूंपासून वृत्तपत्राचे धडे घेऊन आले होते. ही सारी परंपरा 'केसरी'ची होती. सिंह हा जसा पशूंचा राजा, तसा गरुड हा पक्ष्यांचा राजा. तेव्हा आपल्या त्या दृष्टीनंसुद्धा वृत्तपत्राला 'वैनतेय' हे नाव देणं उचित होईल.'' (पृ. ३२४)

ध्येय

'वैनतेय'साप्ताहिकाचं ध्येय सूचित करणारा खालील श्लोकही वि. स. खांडेकरांनीच रचला होता–

''वसे दास्यी माता, नयनसलिली मग्न विनता
असे पंगु भ्राता, अहिकुलछले भीत जनता
नसे साह्या कोणी, अमृत लपले स्वर्गभुवनी
हसे माता आणि, विहगपति शत्रुस वधुनी''

या श्लोकार्थाची फोड करत 'पहिली पावलं' या आपल्या साहित्यिक आत्मकथनातील 'तांबड्या मातीतील उठाबश्या' लेखात स्पष्ट केले आहे की, ''वरील श्लोकात 'वसे

दास्यी माता' हा उल्लेख उघडउघड त्या वेळच्या भारतमातेच्या पारतंत्र्याला उद्देशून केला होता. मात्र दुसऱ्या ओळीतील, 'अहिकुलछले भीत जनता' याचा संबंध केवळ ब्रिटिश राजवटीशी नव्हता. आपल्याच समाजाचा एक भाग दुसऱ्यावर हुकमत गाजवतो, त्याची छळवणूक करतो, देशाला जसं स्वातंत्र्य मिळालं पाहिजे, त्याप्रमाणे हा 'अहिकुलछल'ही नाहीसा झाला पाहिजे, असा विचार अंधूकपणे माझ्या मनात डोकावत होता.'' (पृ. ५४)

पहिला अंक

'वैनतेय' साप्ताहिकाचा पहिला अंक बुधवार, दि. २९ ऑक्टोबर, १९२४ रोजी प्रकाशित करण्यात आला होता. तो दिवस निवडण्याचं एक विशेष औचित्य होतं. सावंतवाडी संस्थानाचे अधिपती बापूसाहेब महाराज त्या दिवशी सिंहासनारूढ व्हायचे होते. तो दिवस बलिप्रतिपदेचा होता. राजवाड्यात अनेक वर्षांनी खरी दिवाळी साजरी होत होती. हे संस्थान सन १८३८ पासून कार्यरत होतं. येथील कारभार ब्रिटिशांच्या अखत्यारीत चालत असे. महाराजांच्या राज्याधिकाराचं औचित्य लक्षात घेऊन, अंकात बापूसाहेब महाराजांचं दुर्मीळ छायाचित्र छापण्यात आलं होतं. त्यात राणीसाहेब व राजकुमारी यांचीही छबी होती. हा फोटो मुंबईहून करवून आणला होता.

'वैनतेय' साप्ताहिक उभ्या आकाराचं चार पृष्ठांचं होतं. त्या काळची 'विविधवृत्त', 'धनुर्धारी', 'नवयुग' इत्यादी वृत्तपत्रं अशाच आकाराची असत. फुटकळ अंकाची किंमत १/- आणा होती. पहिला अंक सायंकाळी संपन्न राज्याभिषेक समारंभात प्रकाशित करण्यात आला होता. पहिला अंक प्रकाशित होताच हातोहात संपला. म्हणून, पहिल्या अंकाची दुसरी आवृत्ती दोन तासांतच प्रकाशित करावी लागली होती. ('वैनतेय', नाथ पै विशेषांक, जानेवारी, १९७७, पृ. २८) दुसऱ्या आवृत्तीत मजकुरात किरकोळ फेरफार करण्यात आले होते. पहिल्या अंकात जाहिरातदर, वर्गणीदर देण्यात आले होते. जाहिराती होत्या. 'वैनतेय'वर आधारित विठ्ठल कृष्ण नेरूरकर यांची कविता प्रकाशित करण्यात आली होती. पहिल्या अंकात 'स्वागतम! सुस्वागतम।।' शीर्षक-अग्रलेख होता. त्यात श्रीमंत बापूसाहेब महाराज यांची स्वागतपर प्रशस्ती करण्यात आली होती. महाराज गौरवगीतही प्रकाशित करण्यात आलं होतं. सावंतवाडी संस्थानचा इतिहास संक्षिप्त गोषवाऱ्याच्या रूपात प्रकाशित करण्यात आला होता. श्रीमंत राजेबहाद्दर खेमसावंत भोसले सरदेसाई यांच्या राज्यारोहणाचा एका अर्थाने हा विशेषांकच होता. त्यात राज्याभिषेक सोहळ्याचा कार्यक्रम देण्यात आला होता.

'वैनतेय' चं पहिलं वर्ष

मेघश्याम शिरोडकर व वि. स. खांडेकरांनी 'वैनतेय' साप्ताहिकासंबंधी वेळोवेळी लिहिलेले लेख, आठवणी, भाषणं, आत्मकथन इत्यादींतून 'आपण हे साप्ताहिक का चालवलं, त्याचं ध्येय, उद्दिष्टं काय' यासंबंधी लिहिलेलं आहे. 'वैनतेय'च्या प्रारंभीच्या एका अग्रलेखाचं (दि. ४ नोव्हेंबर, १९२४) शीर्षकच मुळी 'मी कोण व माझे नाव काय?' होतं. तो अग्रलेख वि. स. खांडेकरांनी लिहिलेला होता. तो 'वैनतेय'शीर्षक लेखनसंग्रहात मध्ये समाविष्ट आहे. त्यात खांडेकरांनी म्हटलं आहे की, ''वैनतेय खराखुरा गरुड राहील; व्यक्तीविषयक कुचेष्टेची काकदृष्टी, उदरभरणाचे बकध्यान, डाळिंबाच्या दाण्यांच्या लोभाने होणारी पोपटपंची, या सर्वांपासून सर्वथैव अलिप्त राहणे हेच 'वैनतेय'चे ध्येय आहे.'' 'वैनतेय' सुरू झालं, तेच मुळी लोकशिक्षणाचं अमोघ साधन म्हणून. लोकांना समाजसेवातत्पर बनवणं हा या साप्ताहिकाचा उद्देश होता. लोककल्याणार्थ तसंच राष्ट्रीय चळवळीस शक्ती मिळावी म्हणूनही त्याचं प्रकाशन योजलं होतं. म्हणून 'वैनतेय'ने वर्षभरात वाङ्मय प्रकाशन, प्रबोधनपर लेख, लेखमालिका इत्यादींद्वारे सावंतवाडी– परिसरातील उद्योग, शिक्षण, जंगल, सहकारी पतपेढ्या इत्यादींचे प्रश्न मांडले. इतकंच नव्हे, तर जुगारबंदी, वसंत व्याख्यानमाला यांसारखे उपक्रम हाती घेऊन तडीस नेले. अस्पृश्यता निवारणार्थ सार्वजनिक संक्रांत सण साजरा करून समाजात एकात्मता, समता व सामंजस्य निर्माण होईल, असं पाहिलं. अंधश्रद्धा बळावणाऱ्या जाहिराती आपल्या साप्ताहिकात प्रकाशित न करण्याचं धोरण स्वीकारून, पदरास खार लावून प्रतिकूल परिस्थितीतही मूल्यनिष्ठेची पखरण केली. सार्वजनिक संस्थांत मांसाहाराचं आयोजन करण्यास विरोध करून, सार्वजनिक जीवन पवित्र राहील, असं पाहिलं. एका अर्थाने 'वैनतेय'ने 'व्रतस्थ पत्रकारितेचा वस्तुपाठ'च घालून दिला. 'वैनतेय' हे चिकित्सक, बुद्धिवादी, विवेकशील वृत्तपत्र आहे, याची जाण त्याने आपल्या कृतीतून निर्माण केली. त्यामुळे, वर्षाच्या अल्पावधीतच हे साप्ताहिक दक्षिण कोकणचा 'जागल्या' (Wistle Blower) म्हणून प्रसिद्ध झालं व पंचक्रोशीत घरोघरी, दारोदारी व महाराष्ट्राच्या कानाकोपऱ्यांत वाचलं जाऊ लागलं.

बातम्यांचं धोरण

'वैनतेय' प्रकाशित झालं, त्या वेळचा कोकण अज्ञान, अंधश्रद्धा, दारिद्र्य यांनी घेरलेला होता. समाजावर परंपरा, धर्म, चमत्कार, चेटूक, भुताटकी यांचं प्राबल्य होतं. वृत्तपत्रात चुरचुरित, चमत्कारपूर्ण, चर्चेचं चर्वितचर्वण, चऱ्हाट, गुऱ्हाळ चालत राहील, अशा बातम्या देणारी वृत्तपत्रं काही कमी नव्हती. अशा पार्श्वभूमीवर

'वैनतेय'ने बातमी, जाहिरातीसंबंधी आपलं धोरण स्थापनेपासूनच पुरोगामी व सामाजिक बांधिलकीचं ठेवलं होतं. खून, मारामाऱ्यांना ठळक प्रसिद्धी देऊन समाजात हिंसा वाढीस साहाय्य होतं, म्हणून अशा बातम्यांना 'वैनतेय'ने प्रथमपासूनच दुय्यम मानलं. स्त्रीचा पुरुष होणं वा पुरुषाची स्त्री होणं हा चमत्कार नसून निसर्गक्रम आहे. म्हणून अशा सनसनाटी बातम्या देणं टाळलं. भुताटकी, भानामती, करणी यांसारख्या अंधश्रद्धांना प्रसिद्धी न देता त्यांचे वैयर्थ समजावले. विशेष म्हणजे, कोकणात यांचं त्या काळात मोठं प्रस्थ होतं. अशा काळात अंधश्रद्धा निर्मूलनाचा वैज्ञानिक व विवेकवादी दृष्टिकोन स्वीकारून आपलं वृत्तपत्र अन्यांपेक्षा वेगळं आहे, यावर कृतीने शिक्कामोर्तब करून घेतलं. 'कल्याण व्हावे सर्वांचे! कोणी दु:खी असू नये।।' अशी 'वैनतेय'ची असलेली भूमिका हे वृत्तपत्र सामाजिक बांधिलकी जपणारं प्रबोधन-साधन होय, हे सिद्ध केलं. या वृत्तपत्राच्या बातम्या आणि जाहिरातविषयक सदर भूमिकेमुळे 'वृत्तपत्र प्रकाशन धंदा नसून धर्म आहे' हा संस्कार रुजवला. 'ध्येयवादी वृत्तपत्र' म्हणून प्रसिद्ध असलेल्या 'वैनतेय'ची राजकीय, सामाजिक, धार्मिक, आर्थिक, शैक्षणिक प्रश्नविषयक धारणा व ध्येय जगजाहीर होतं. त्यामुळे, या वृत्तपत्रास केळकर, कोल्हटकर, यशवंतराव चव्हाण यांच्यासारखे वाचक आणि एस. एम. जोशी, ना. ग. गोरे यांच्यासारखे हितचिंतक मिळाले. चि. त्र्यं. खानोलकर, आनंद साधले, शंकर साठे यांच्यासारखे लेखक 'वैनतेय'ने महाराष्ट्रास दिले, असं म्हटलं तर वावगं ठरू नये, कारण त्यांचं आरंभिक लेखन 'वैनतेय'मध्येच प्रकाशित झालं होतं. साहित्य, बातम्यांबरोबर सदरं, वृत्तं स्फुटं, टिपा, कार्यक्रम, सूचना यांचीही या वृत्तपत्रात रेलचेल असायची.

योगदान

'वैनतेय' साप्ताहिकाने स्थापनेपासून आजवरच्या नऊ दशकांच्या प्रवासात त्या त्या काळच्या सामाजिक, राजकीय, शैक्षणिक, सामाजिक, आर्थिक प्रश्नांवर आवाज उठवून भारताच्या स्वातंत्र्य, समता, बंधुता, लोकशाही, विज्ञाननिष्ठा या पंचशील तत्त्वांचा स्वीकार केला. आपल्या विविध लेखन व उपक्रमांतून धर्मनिरपेक्षता, जातीय सलोखा, पुरोगामित्व, विवेकवादी मूल्यांचा पुनरुच्चार केला. असं असलं तरी, 'वैनतेय'चं सर्वांत मोठं योगदान जर कोणतं असेल तर सावंतवाडी संस्थानाचं विलीनीकरण, गोवा स्वातंत्र्यसंग्राम, मिठाचा सत्याग्रह, आणीबाणी विरोध, राजकारणातील समाजवादी विचारधारेचं समर्थन व नेतृत्व हे सांगता येईल.

स्वातंत्र्यपूर्व काळात महात्मा गांधी कोकणात आले असताना, निधीसंकलनापासून ते त्यांचा दौरा, प्रचार यशस्वी व्हावा म्हणून केलेलं वार्तापत्रांचं प्रसारण लक्षवेधी ठरलं. सन १९३०च्या मिठाच्या राज्यस्तरीय सत्याग्रहाचं आयोजन 'वैनतेय'च्या

कार्यक्षेत्रातील 'शिरोडे' या तत्कालीन मुंबई व गोवा सीमारेषेवर असलेल्या गावी करण्यात आलं होतं. त्यासंबंधी जागृती, प्रचार-प्रसाराचं कार्य तर 'वैनतेय'ने केलंच; पण पोलिसी अत्याचाराचा विरोधही केला. सर्वांत मोठी लोकचळवळ म्हणजे, सावंतवाडी प्रजापरिषद स्थापन करून, तिच्याद्वारे संस्थान विलीनीकरणाचं केलेलं नेतृत्व. त्यासाठी प्रारंभी तुरुंगवास पत्करणं, राजा-राणीच्या रोषास पात्र ठरून दंड, जप्ती, कोर्ट-कचेरी, अटक इ. सत्रांना सामोरं जात, आपल्या विचार व ध्येयाशी एकनिष्ठ राहून उद्दिष्ट साध्य करणं, या 'वैनतेय'च्या संघर्षशील बाण्यामुळे मेघश्याम शिरोडकर यांची प्रतिष्ठा व 'वैनतेय'चा लौकिक राजापेक्षा कमी नव्हता. परिणामी, स्वातंत्र्योत्तर काळात 'वैनतेय'चे दोन संपादक सर्वश्री श्याम कोचरेकर व जयानंद मठकर हे 'लोकप्रतिनिधी' म्हणून 'आमदार' झाले. हे 'वैनतेय'चं 'राजकीय योगदान व मिळकत' म्हणून नोंदवावं लागेल.

आपल्या वृत्तपत्राद्वारे दुष्ट सामाजिक रीती-परंपरांचा विरोध करून, 'वैनतेय'ने स्वातंत्र्यपूर्व काळात अंधश्रद्धा विरोध, अस्पृश्यतानिवारण, जुगारबंदी, सार्वजनिक संस्थानांचं पावित्र्य, सामाजिक प्रश्न निर्भीडपणे मांडून ते पूर्ण करणं – अशी लोकहिताची अनेक कार्यं तर केलीच; पण स्वातंत्र्योत्तर काळातही गोवा मुक्तिसंग्राम, आणीबाणी विरोधाचं नेतृत्व करून आपलं वृत्तपत्रं लोकशाहीचा 'चौथा स्तंभ' आहे हे 'काया, वाचा, मने' सिद्ध केलं.

वाङ्मयीन क्षेत्रातील 'वैनतेय'चं योगदान म्हणायचं झालं, तर ज्ञानपीठ विजेते साहित्यिक वि. स. खांडेकर या साप्ताहिकाचे संस्थापक-संपादक होते. शेकडो पृष्ठं भरतील, असं त्यांचं वैविध्यपूर्ण लेखन 'वैनतेय'मध्ये प्रकाशित झालं. 'वैनतेय' राजकीय जागृतीचं जसं साधन होतं, तसं ते वाङ्मयीन अभिवृद्धीचं माध्यम म्हणूनही सर्वश्रुत होतं. प्रा. वामन मल्हार जोशी, चिं. वि. जोशी, कवी यशवंत, गिरीश, माधव ज्युलियन, बा. भ. बोरकर यांचं लेखन 'वैनतेय'च्या दिवाळी अंकातून प्रसिद्ध झालं. कोकणच्या लेखकांना घडवण्याचं ते 'व्यासपीठ'च बनलं होतं. चिं. त्र्यं. खानोलकर, य. न. केळकर, द. ग. येरवडेकर, सुमती दडकर, चंपुबाई राणे, शंकर साठे, आनंद साधले आदि प्रभृतींचं प्रारंभिक लेखन 'वैनतेय'मधूनच प्रकाशित झालं होतं. वि. स. खांडेकरांचे अग्रलेख, स्फुटं, टिपणी, वार्तापत्रं तर 'वैनतेय' वाचकांची आकर्षणं होती. शिवाय, खांडेकरांनी लिहिलेली विविध सदरं, मालिका त्या वेळी वाचकप्रिय ठरल्या होत्या. 'गाढवाची गीता', 'गाजराची पुंगी' , 'बहुरत्ना वसुंधरा', 'रानफुले', 'कल्पनातरंग', 'समुद्रमंथन', 'कणसाचे दाणे', 'वाङ्मयविचार', 'परिचयाची परडी', 'पुस्तकपरिचय' यांसारख्या लेखनाने हे साप्ताहिक महाराष्ट्र सारस्वतांत 'मानाचं पान' बनून मिरवत होतं.

वि. स. खांडेकरांचं लेखन

'एका पानाची कहाणी' (पृ. ३२३) मध्ये उल्लेख केल्यानुसार, वि. स. खांडेकरांनी सन १९२४ ते १९३०-३२ या काळात विपुल लेखन केलं. प्रारंभी ते दर आठवड्याला लिहीत. 'शेकडो पृष्ठं भरतील, इतका मजकूर मी 'वैनतेय'त लिहिला' अशी कबुली देणारे खांडेकर (पृ. ३२५) आपल्या या वृत्तपत्रातील लेखनाचा पैस स्पष्ट करतात. 'वैनतेय'मधील लेखनाने वि. स. खांडेकरांमधील लेखकाला 'समग्र साहित्यिक' बनवलं. कारण साहित्याचे व वृत्तपत्रासाठी आवश्यक सर्व लेखनप्रकार त्यांनी हाताळले. खांडेकरांची लेखनप्रवृत्ती मूलत: साहित्यकाराची. आपला प्रकृतिधर्म पत्रकाराचा नाही, याची जाणीव वि. स. खांडेकरांना होती. तथापि, सामाजिक सुखदु:खाशी त्यांची जी नाळ जोडलेली असायची, त्यातून त्यांचं लेखन घडलं. विशेषत:, कोकणातील सर्वसामान्य जनतेचं दारिद्र्य, अज्ञान, पारंपरिकता, अंधश्रद्धा हे खांडेकरांच्या लेखनाचे चिंता व चिंतनाचे विषय प्रारंभापासूनच दिसून येतात. सन १९२४ साली 'वैनतेय' सुरू झाला, तेव्हा वि. स. खांडेकर शिरोड्याच्या ट्यूटोरियल इंग्लिश स्कूलचे हेडमास्तर होते. शाळेचं अध्ययन, अध्यापन, प्रशासन, विकास (इमारत उभारणी) या सर्व कामांतून वेळ काढून, ते 'वैनतेय'साठी लिहीत. शिवाय, त्यांचं नियतकालिकांसाठी म्हणून स्वतंत्र व सातत्यपूर्ण लेखन सुरू असायचंच. मेघश्याम शिरोडकरांबरोबर विविध समाजहितवर्धक उपक्रमांत सहकारी म्हणून ते सक्रिय असायचेच. डॉन क्विझोटप्रमाणे, आदर्शाची पूजा खांडेकर करत राहत असत. 'हे असंच चालायचं' ही सामाजिक मानसिकता बदलून समाजमन प्रागतिक, पुरोगामी बनवणं हे 'वैनतेय'चं ध्येय हाच वि. स. खांडेकरांच्या लेखनाचा स्थायिभाव बनून राहिला. विशेष म्हणजे, जीवनाच्या अंतापर्यंत खांडेकर सतत प्रागतिक विचार करत. ते समकालाची आव्हानं स्वीकारत लेखन करीत राहिले.

वि. स. खांडेकरांनी, सन १९२४ मध्ये 'वैनतेय' मध्ये लेखन सुरू केलं. सन १९३६मध्ये 'छाया' चित्रपटाच्या पटकथेच्या निमित्ताने ते कोल्हापूरला जाऊ लागले. सन १९३८च्या प्रारंभी, त्यांनी आपलं बिऱ्हाड कोल्हापूरला हलवलं. तोपर्यंत म्हणजे १९३७च्या शेवटापर्यंत वि. स. खांडेकर नियमितपणे 'वैनतेय'मध्ये लिहीत राहिले. एका तपाच्या तपश्चर्यापूर्ण लेखनकाळात वि. स. खांडेकरांनी 'वैनतेय'मध्ये अग्रलेख, स्तंभ, स्फुटं, वार्तापत्र, टिपणं, कथा, कविता, विनोद, पुस्तकपरिचय, वैचारिक, वाङ्मयीन, सामाजिक असं चतुरस्त्र लेखन केलं. 'वैनतेय', 'समुद्रमंथन', 'वाङ्मय विचार', 'कल्पनातरंग' हे चार लेखनसंग्रह त्यांचाच संग्रह होय. ते वाचत असताना, खांडेकरांच्या लेखनापेक्षा वाचनाचं क्षितिज किती व्यापक व वैविध्यपूर्ण होतं, ते पाहून आश्चर्य वाटल्याशिवाय राहत नाही. पुढील ओळीत 'वैनतेय'मधील

वि. स. खांडेकरांच्या लेखनाचा आढावा व आवाका शब्दबद्ध करण्याचा प्रयत्न केला आहे.

अग्रलेख

जया दडकर यांच्या 'वि. स. खांडेकर वाङ्मय सूची'नुसार वि. स. खांडेकरांनी ४ नोव्हेंबर १९२४ ते २० मे १९३०या कालखंडात सुमारे ४० अग्रलेख लिहिल्याची नोंद आढळते. (पृ. ४९, ५०). परंतु, मेघश्याम शिरोडकरांनी 'वैनतेय' साप्ताहिकाच्या रौप्यमहोत्सवी भाषणात 'पहिल्या वर्षी ३४ अग्रलेख खांडेकरांनी लिहिले होते' (वैनतेय, १६ मे, १९५० पृ. १) अशी ग्वाही दिली होती. वृत्तपत्रातील अग्रलेख संपादक लिहितात. पण कोणा संपादकाने तो लिहिला, त्याचं नाव न लिहिण्याचा प्रघात आजही सर्व वृत्तपत्रांतून रूढ आहे. त्यामुळे, वि. स. खांडेकरांनी लिहिलेल्या अग्रलेखांची खानेसुमारी करणं अशक्य. तथापि, हे निश्चित, की उपलब्ध नोंदीपेक्षा अधिक अग्रलेख वि. स. खांडेकरांनी लिहिले असावेत. अग्रलेख-लेखनासाठी अनिवार्य असलेला वाचन, संदर्भाचा व्यासंग व टीका, टिप्पणी करायची हातोटी, कोटीबाज भाषा ही खांडेकरांच्या लेखनाची जुनीच वैशिष्ट्यं होत.

'मी कोण व माझे नाव काय?' अग्रलेख लिहून वि. स. खांडेकरांनी 'वैनतेय' साप्ताहिकाचं ध्येय, धोरण, उद्देश स्पष्ट करत वाचकांना याची ग्वाही दिली की, "राजकीय, सामाजिक, धार्मिक, शैक्षणिक अगर औद्योगिक उलाढालींना श्रोते (वाचक) मिळविणं हीच काही वर्तमानपत्रांची इतिकर्तव्यता नाही. श्रोत्यांतून कर्ते निर्माण करणे, स्फूर्ती देऊन अगर दिशा दाखवून, सामान्य व्यक्तींना समाजसेवा-तत्पर बनवणं हे आजच्या वर्तमानपत्राचं एक आवश्यक कर्तव्य आहे." दक्षिण कोकणातील सावंतवाडी संस्थानातून प्रकाशित होणारं हे साप्ताहिक 'कोकणचं मुखपत्र' बनावं म्हणून 'वैनतेय'ने घेतलेले कष्ट रौप्यमहोत्सवाच्या निमित्ताने महाराष्ट्रातील सर्व अग्रगण्य दैनिक, नियतकालिकांनी मान्य केल्याची नोंद 'वैनतेय'च्या रौप्यमहोत्सवी अंकात अधोरेखित झाली आहे. त्या 'कोकणचे छायचित्र' अग्रलेखात खांडेकरांनी नमूद केलं आहे की, 'कोकण धनाने दरिद्री; पण बुद्धीने श्रीमंत आहे,' या पूर्ण अग्रलेखात खांडेकरांनी कोकणचे दोष चित्रित करून त्यांवर मात करण्याचं केलेलं आवाहन संपादकाचं दायित्व सिद्ध करणारं आहे. 'जुगारी जत्रा' अग्रलेखातून जत्रेमध्ये चालणाऱ्या जुगारांवर कोरडे ओढून जुगारबंदीची मागणी केली आहे. खांडेकरांनी लिहिलेल्या अग्रलेखांचं विषयवैविध्य लक्ष्यवेधी आहे. 'वैनतेय'मधून खांडेकरांनी शिक्षण, राष्ट्रीयता, अस्पृश्यता, न्याय, धर्म, संस्कृती, इतिहास, राजकारण, सहकार, अर्थशास्त्र, संप, संघटन, व्यक्तिगौरव, साहित्य, भाषा असा गोफ विणत

'संपादक' म्हणून आपला व्यासंग सिद्ध केला आहे. समाजजीवनाची चारी दिशांची जाण, निरीक्षण यांतून खांडेकर अग्रलेखांत आपलं नुसतं मत नोंदवून थांबत नाहीत, तर समस्या-विमोचनाचे उपाय सुचवत, ते आपलं वृत्तपत्रीय उत्तरदायित्वही निभावतात, हे स्पष्ट होतं.

विविध सदरे आणि स्तंभलेखन

● 'समुद्रमंथन'

'समुद्रमंथन' हे समकालीन घटना, प्रसंग यांवर भाष्य, टीका करणारं वा मत व्यक्त करणारं सदर होय. वि. स. खांडेकरांनी 'वैनतेय' साप्ताहिकात ते २३ नोव्हेंबर १९२६ ते १२ ऑक्टोबर १९३७ अशी निरंतर दहा वर्षं लिहिलं. त्रेसष्ट अंकांतून ते प्रकाशित झालं. एका अंकात कधी तीन, कधी पाच तर कधी सात स्फुटं ते लिहीत असत. बहुधा, ती वेगवेगळ्या विषयांवर असत. कधी एका विषयावर पूर्वार्ध व उत्तरार्ध लिहीत. कधीकधी पूर्ण सदर एकाच विषयाला वाहिलेलं असायचं. साहित्य, समाज, शिक्षण, भाषा, धर्म अशा सांस्कृतिक विषयांच्या परिघात वि. स. खांडेकर या सदरात लेखन करीत. पण त्याचा पट मात्र वैश्विक होता. जगभर घडणाऱ्या वरील क्षेत्रांतील घटनांची नोंद घेण्याचा खांडेकरांचा कटाक्ष होता. ॲक्विसथच्या आत्मचरित्रापासून ते 'भाला'कार भोपटकर यांच्यापर्यंतचे विषय ते हाताळत. लेखनात मार्मिकता होती. पारंपरिकतेवर प्रहार असायचा. त्यामुळेच, या सदरात 'भाला'कार भोपटकर खांडेकरांच्या लेखनाचं लक्ष्य अनेकदा झाल्याचं दिसून येतं. 'समुद्रमंथन' हे सदराचं शीर्षक असल्याने विचारांचं मंथन असायचं; पण चर्वितचर्वण मात्र नसे. लेखनातून कधीकधी ते निष्कर्षवजा विधानं करीत. ती विधानं म्हणजे, वि. स. खांडेकरांच्या विचार, व्यवहार, निरीक्षण, तर्क यांची ती प्रचिती असायची. या विधानांना सुभाषिताचं रूप आल्याचं आढळतं. उदाहरणार्थ सांगायचं झालं तर, 'संधिकाळाचा फायदा संधिसाधु घेतात' (५ ऑक्टोबर, १९३७), 'जगाच्या निकषावर आलेले सोने कसा व मग आपल्या बावनकशीपणाच्या बढाया मारा' (१४ डिसेंबर १९२६) अशी सैद्धान्तिक विधानं या सदरात जागोजागी आढळतात. त्यामुळे, हे सदर आज ९० वर्षांनंतरही वाचनीय व प्रस्तुत ठरतं, हे विशेष. मूळ मजकुरात शीर्षके नव्हती. संपादन करताना तो मजकूर वाचला जावा म्हणून ती नव्याने घालण्यात आली आहेत, याची नोंद घ्यावी.

'समुद्रमंथन' स्तंभात विषयांचं वावडं नसायचं. उलटपक्षी, जीवनाच्या सर्वांगांना

स्पर्श करत हा मजकूर वाचकांना प्रगल्भ करत राहायचा. खांडेकरांच्या या लेखनात वाचकांना अंतर्मुख करून त्यांचे जीवनव्यवहार, विचार बदलण्याची शक्ती दिसून येते. स्वातंत्र्यपूर्व काळातील समाज हा पारंपरिकतेच्या गर्तेत अडकलेला होता. त्याला 'प्रागतिक' आणि 'पुरोगामी' बनवण्याचं 'वैनतेय'च्या संपादकांचं ध्येय होतं खरं. पण आज, २०१५ साली या ओळी लिहीत असतानाही समाजात मूलभूत परिवर्तन होऊन तो धर्मनिरपेक्ष, वैज्ञानिक, विवेकवादी, जातीयतामुक्त झाला, असं म्हणता येत नाही. म्हणूनही या सदराचं वाचन समकालातही प्रसंगोचित ठरतं. 'वैनतेय' साप्ताहिकामधील लेखनाच्या 'समुद्रमंथन', 'कल्पनातरंग', 'वाङ्मय विचार' आणि 'वैनतेय' या चार संग्रहाचे संपादन, प्रकाशन करत असताना 'संपादक' म्हणून मला वाटतं की, वि. स. खांडेकरांच्या असंकलित, अप्रकाशित साहित्याचं संपादन म्हणजे, जुन्या लेखनाचा केवळ संग्रह नव्हे. तो शिळ्या कढीला ऊत तर मुळीच नाही. बऱ्याचदा 'जुनं ते सोनं' असतं. 'दवा, दारू जितकी जुनी तितकी लागू' चा रिवाजही त्यामागे आहे. इतिहास हा विस्मरणाचा घटक नसून तो पुनर्मूल्यांकनाचं साधन आहे, हे आपण या संदर्भात लक्षात घ्यायला हवं.

'समुद्रमंथन' हे सदराचं शीर्षक मिथकीय असलं, तरी ते निष्कर्षजन्यतासूचक आहे. समुद्रमंथनातून जशी रत्नं हाती आली होती, तशी या लेखातून तत्कालीन घटना, प्रसंगजन्य विचारमौक्तिकं आजही हाती लागतात. भाषेच्या दृष्टीने हे सदर तत्कालीन भाषिक परंपरा प्रस्तुत करणारं आहे. उदाहरण सांगायचं झालं तर, यातील कितीतरी शब्दकळा आज वापरात नाहीत. त्यामुळे, त्यांचे संदर्भित अर्थ मजकूर वाचल्याशिवाय लक्षात येणं अवघड. भाषेच्या जुन्या चीजांचा संग्रह म्हणूनही मला 'समुद्रमंथन' सदराचं ऐतिहासिक, सांस्कृतिक महत्त्व वाटतं. 'पुनर्घटना' शब्द आज वापरात नाही. विसाव्या शतकाच्या पूर्वार्धात तो 'परिवर्तन' या अर्थाने प्रचलित होता. 'उपाय पडू लागणे' या वाक्प्रचाराचा अर्थ 'परिणाम दिसणे, प्रभाव पडणे' होता. 'पुरवणे' ही क्रिया अथवा क्रियापद 'परवडणे' या अर्थाने वापरलं जायचं. एकूण खर्चासाठी 'वट्ट' शब्द वापरात होता. 'शेकोटी' या अर्थाने 'शेगोटी' शब्द प्रचारात होता. अशा भाषाशास्त्रीय विकास व अर्थपरिवर्तन या अंगानेही मला या सदराचं महत्त्व वाटतं. कोकण, बेळगाव, गोवा अशा प्रदेशांतील 'तत्कालीन भाषेचे प्रतिबिंब' म्हणूनही या लेखनाकडे पाहता येईल.

'समुद्रमंथन' लेखनाची व्याप्ती तिला वैविध्य-सौंदर्य बहाल करणारी आहे. यात बॅरिस्टर जयकरांपासून ते रुपयार्ड किपलिंगपर्यंतच्या व्यक्ती, विचारांचा परामर्श आहे. सोनार, शिंपी, कुळकर्णी – साऱ्या वर्गांची यात हजेरी आहे. इंग्लंड, ब्रह्मदेश, इटली इथे आहे. नि सोलापूर, बेंगलोरही. हिंदू, ख्रिश्चन, मुसलमान ही सर्व धर्म

घटनांची नोंद घेण्याचा उदारपणा या लेखनात प्रतिबिंबित आहे. विद्यार्थ्यांद्वारा बाराव्याच्या जेवणावर बहिष्कार घालण्यासारख्या छोट्या घटनेची नोंद हा स्तंभ घेतो, तद्वतच बर्नार्ड शॉने नोबेल पुरस्काराची रक्कम स्वीडिश अकादमीस परत केली, हे सांगायलाही हे सदर विसरत नाही. श्रद्धांजली सभा असो वा निवडणुकीची सभा, त्याची मल्लिनाथी झाली नाही, असं घडलं नाही. स्वातंत्र्यपूर्व काळात दक्षिण कोकणातील सावंतवाडीसारख्या छोट्या संस्थानातून प्रकाशित होणारं हे साप्ताहिक, तत्कालीन मुंबई इलाख्यात (महाराष्ट्र, कर्नाटक, गोवा, गुजरातमध्ये) वाचलं जायचं, याचं श्रेय वि. स. खांडेकरांच्या 'वैनतेय'मधील बहुअंगी व बहुआयामी लेखनासच द्यावं लागेल. 'समुद्रमंथन' सदर तत्कालीन समाजाचं मंथन करणारं ठरलं होतं व आजही ते तेच कार्य करण्यास उपयुक्त वाटतं यातच सदरलेखनाची कालातीतता, मृत्युंजयत्व सिद्ध होतं. यांतील काही स्फुटे मात्र अशी आहेत की, त्यांच्या विचारांशी आज सहमत होता येत नाही.

● वाङ्मयविचार

हे सदर साप्ताहिक 'वैनतेय'मध्ये निनावी प्रकाशित होत असलं, तरी ते वि. स. खांडेकरांचं लेखन असल्याची नोंद जया दडकर यांच्या 'वि. स. खांडेकर वाङ्मय सूची'त आहे (पृ. ५५) . शिवाय, सदरलेखनाची भाषा आणि शैलीही ते सिद्ध करतं. तत्कालीन संपादकीय व्यासंगही खांडेकरपूरक आहे. वि. स. खांडेकरांनी २० डिसेंबर १९२७ ते २६ नोव्हेंबर १९२९ अशा दोन वर्षांच्या कालखंडात या स्तंभाचं लेखन केलं. ते एकूण १७ अंकांत प्रकाशित झालं. पैकी उपलब्ध १५ भागांचा विचार इथे करण्यात आला आहे.

वि. स. खांडेकर शिरोड्यासारख्या आडगावी राहत होते. पण पुणे-मुंबईला जोडलेले मित्र, साहित्यप्रेमी, प्रकाशक, साहित्यिक-सहकारी यांच्यातून त्यांना वाचनाचा विलक्षण छंद जडला होता. मराठी व इंग्रजी या भाषांतील साहित्य व नियतकालिकं ते नित्य वाचत. अशा वाचनाच्या अनुषंगाने मनात निर्माण झालेले विचार, प्रतिक्रियांची नोंद खांडेकर 'वाङ्मय-विचार' सदरात करताना दिसतात. एका अर्थाने ते प्रतिक्रियात्मक लेखन असलं, तरी वाचकांचा प्रतिसादात्मक व्यवहार अपेक्षित असायचा. कारण, या लेखनात जागोजागी तशा अपेक्षा व्यक्त केलेल्या दिसतात. एका अंकात वा भागात कधी एका तर कधी अनेक घटना, प्रसंग, साहित्यकृती, विचारांवर लिहिलेलं आढळतं. सर्व लेखनाचा उगम प्रकाशित वा वाचलेलं साहित्य असून वाङ्मयाच्या परिघातच हे सारं लेखन झालं आहे. ते अल्पाक्षरी आहे. त्याचा हेतू वाचकांना प्रगल्भ करणे, त्यांची वाचन, विचारकक्षा रुंदावणे हा स्पष्टपणे लक्षात येतो.

'वाङ्मय-विचार' सदरात केलेलं लिखाण पाहता स्पष्ट होतं, की समकालीन

साहित्यव्यवहाराची नोंद घेत मराठी भाषा व साहित्यव्यवहार गतिमान करणे, विकसित व प्रगल्भ करणे त्याचा उद्देश आहे. यात वेळोवेळी उठणाऱ्या साहित्य प्रवाहांची केवळ नोंद नसून, तदनुषंगिक विचारही आवर्जून नोंदवले गेले आहेत. मेरी कॉरेलीच्या 'The Sorrow of Satan' कादंबरीची नोंद घेताना खांडेकर संपादकांच्या टिपणीच्या अनुषंगाने भाष्य करतात. म्हणून हे सदर माहितीपर नसून विश्लेषक वाटत राहतं. महर्षी धोडों केशव कर्वे यांच्या सहकारी पार्वतीबाई आठवले यांची आत्मकथा 'माझी कहाणी' खांडेकर वाचतात. तिचं कथानक न देता, त्यातील अनुभव, प्रसंगांच्या निमित्ताने 'पौर्वात्य ब्राह्मविवाह' (पालकांनी ठरवलेले विवाह) आणि पाश्चात्त्य प्रेमविवाह यांची तुलना करत, कालौघात कोणता विवाह योग्य – तेही सुचवायला विसरत नाहीत. यातूनही 'वैनतेय' आणि खांडेकरांचं पुरोगामीपण लक्षात येतं. धर्म, ब्राह्मण्य इ. अनुषंगानेही खांडेकर समाजास काळाच्या पुढे नेण्याचा प्रयत्न करताना दिसतात. 'वैनतेय'मध्ये एकाच 'वाङ्मयविचार' सदरात अनेक स्फुट प्रकाशित करून प्रसृत करून वाचकांपुढे एकाच नाण्याच्या दोन बाजू प्रकाशित करून, प्रश्न वाचकांवर सोडतात. वाचकांत निर्णयक्षमता, स्वतंत्र विचारबुद्धी निर्माण करण्याचा प्रयत्न म्हणून १७ जुलै १९२८ मधील पालेकरांचा लेख व खांडेकरांचं हे सदर ताडून पाहता येतं. वि. स. खांडेकर 'विविध विस्तार' या तत्कालीन वाचनीय नियतकालिकाचे नियमित वाचक होते. तदनुषंगिक प्रतिक्रियात्मक लेखनही खांडेकर या सदरात करीत. ते विचार करायला भाग पाडणारं होतं व आहे, हे आजही वाचताना स्पष्ट होतं. 'किर्लोस्कर खबर' मासिकात प्रकाशित महादेवशास्त्री दिवेकरांच्या 'देववाद' लेखाचं खंडन करीत, खांडेकर देवावर भरिभार घालून स्वस्थ बसणाऱ्यांवर कोरडे ओढायला विसरत नाहीत. 'साहित्य ही शब्दसृष्टी खरी; पण तिचा जीवनाशी संबंध नसेल, तर सारंच शून्य' हे समजावत, वि. स. खांडेकर 'जीवनासाठी कला' हा आपला विचारपक्ष इथेही अधोरेखित करतात. या नि अशा अनेक उदाहरणांनी संपन्न असं हे सदर वाचकांनी मुळातच वाचलं पाहिजे. वि. स. खांडेकरांचं लेखन अनुभवसंपन्न वाटतं, त्यामागे वाचन व विचारांचं अद्वैत होतं, ते स्पष्ट करणारं हे स्तंभलेखन होय. इथेही 'समुद्रमंथन'प्रमाणे मूळ मजकुरात नसलेली शीर्षके इथे देण्यात आली आहेत. मजकूर वाचला जावा हाच उद्देश त्यामागे आहे.

● कणसाचे दाणे

'विहंगम' या टोपणनावाने वि. स. खांडेकरांनी 'कणसाचे दाणे' या सदराचं लेखन केलं. यापूर्वी सांगितल्याप्रमाणे, वि. स. खांडेकरांचं वाचन 'वैविध्यपूर्ण' असं होतं. 'लेखक' म्हणून खांडेकर आपण वाचलेलं इतरांना सांगण्यास सतत उत्सुक असायचे. हे त्यांच्याशी झालेल्या संवादातूनही स्पष्ट होत राहायचं. तीच उत्सुकता

लेखनातही दिसून येते. २८ मे, १९२९ ते २१ सप्टेंबर, १९३७ या सुमारे साडेसात वर्षं हा स्तंभ चालला. या काळात सदर स्तंभाचे ३० भाग प्रकाशित झाले. प्रत्येक भागात कधी तीन तर कधी चार-पाच स्फुटं असत. बहुधा, प्रत्येक स्फुटाचा विषय वेगळा असायचा. पण कधी एकाच विषयाचे अनेक पैलू सांगायचे झाले, तर अनेक स्फुटं सलग एकाच विषयाला वाहिलेली असायची.

अन्य सदरांतून केलेलं लेखन हे वि. स. खांडेकरांचं स्व-लेखन असायचं. या सदरात 'विहंगम' हे टोपणनाव संग्राहक म्हणून लिहिलेलं आढळतं. हे माहितीपर सदर होतं. खांडेकर या सदरातून वाचकांना जीवनातील विविध विषयांवरील माहिती पुरवून, 'वैनतेय' वाचकांचं सर्वसामान्य ज्ञान वाढेल, असा प्रयत्न करायचा. 'जे जे आपणास ठावे । ते ते सकळास शिकवावे।। शहाणे करून सोडावे! सकळ जन।।' असा या लेखांचा बाज असायचा. ज्ञान, विज्ञान, व्यक्ती, विचार, भाषा, साहित्य, शिक्षण, राजकारण, इतिहास, भाषण, पर्यावरण, संस्कृती, देश, ग्रंथ, नियतकालिकं अशा कितीतरी विषयांना खांडेकरांनी या सदरातून स्पर्श केलेला आहे. नवंकोरं, ताजं देण्यावर खांडेकरांचा भर असायचा. यामागे, वाचकांना अग्रेसर बनवण्याची धडपड स्पष्ट दिसून येते. सदर अल्पाक्षरी होतं. स्फुटं आटोपशीर होती. भाषा सुबोध असायची. रंजनातून शिक्षणाचा भाव या लेखनामागे होता.

मक्याचं कणीस, त्यातील दाणे सुटे असले, तरी कणीस एकसंध असतं. ज्ञानकण स्वतंत्र खरे; पण त्याच्या वैविध्य व समग्रतेतून माणसास पूर्णत्व प्रदान करण्याच्या भावाने झालेलं हे लेखन वाचनाच्या अंगाने रंजक खचितच असायचं. अळंबी आणि प्रकाशमान वनस्पती, शिक्षकाचे दीपधारकत्व, हिंदू-मुस्लीम ऐक्य, सिनेतारका सीतादेवीची मुलाखत, जर्मन प्रेसिडेंट हिंडेनबर्ग यांचा साधेपणा, कुराण, पशुबली प्रथा, पुतळे आणि कलामीमांसा, स्त्रीचा मासिकधर्म, पर्यावरणशास्त्र, दंडबैठका व भारतीय देहयष्टी हे नुसते विषय वाचले, तरी मजकूरवैविध्य स्पष्ट व्हावं. खांडेकरांनी या सदरात कोणताच विषय वर्ज्य मानला नाही. मजकूर लेखनामागे अंतिमतः समाजहिताची दृष्टी असायची. काही स्फुटं दीर्घही आढळतात. पण अपवाद (उदा. २१ सप्टेंबर १९३७). काही स्फुटांतून खांडेकर सांख्यिकी माहिती (आकडेवारी) देऊन वाचकांचं ज्ञान अद्ययावत बनवितात. उदाहरणार्थ, दि. ११ जून १९२९च्या भागात वृत्तपत्रांची दिलेली आकडेवारी. काही स्फुटांत खांडेकर मिश्कीलपणे भाष्य करतात, तुलना करतात. एका स्फुटात ते पांजरपोळाची तुलना पेन्शनर्सशी करत त्यांच्या रिकामटेकडेपणावर बोट ठेवतात.

खांडेकर 'कणसाचे दाणे' मधून माहितीपर मजकूर देत असले, तरी त्यामागे लोकशिक्षणाचा उद्देश नक्कीच असायचा. कधीकधी तो उघड व्हायचा. कोरियातील 'किल' नावाच्या एका गृहस्थावर जपानने तो सिगारेटविरोधी प्रचार करतो म्हणून

राजद्रोहाचा खटला भरला होता. ते वृत्त वाचून खांडेकर स्फुट लिहितात. खटल्याची सविस्तर माहिती देतात. पण शेवटी निष्कर्ष द्यायला विसरत नाहीत. लिहितात, "विजयी राष्ट्र लांडग्यासारखे असते. मग ते पाश्चिमात्य असो वा पौर्वात्य असो." या सदरात साहित्यविषयक मजकूर जिज्ञासावर्धक आहे. इतकी वर्षं उलटूनही, तत्कालीन माहिती आजही उत्कंठावर्धक ठरते, याचं श्रेय मात्र खांडेकरांच्या चिकित्सक निवडीसच द्यावं लागेल. या सदरातील स्फुटांनाही वाचनीय व्हावीत म्हणून शीर्षके दिली आहेत. ती मूळ मजकुरात नव्हती याची वाचकांनी नोंद घ्यावी.

● रानफुले

'वैनतेय' साप्ताहिकात वि. स. खांडेकरांनी जे विपुल आणि वैविध्यपूर्ण स्तंभलेखन केलं, त्यात 'रानफुले' हे सदर आगळंवेगळं होतं. एका विशिष्ट साहित्यप्रकाराला वाहिलेलं सदर म्हणून 'रानफुले' व्यवच्छेदक ठरतं. या सदरात वि. स. खांडेकरांनी फक्त लघुनिबंध लिहिले. मराठी साहित्यात प्रा. ना. सी. फडके यांनी 'गुजगोष्टी' लिहून लघुनिबंधाला जन्म दिला. म्हणून, ते मराठी लघुनिबंधाचे 'जनक' मानले जातात. पण पुढे वि. स. खांडेकरांनी मराठीत इतके विपुल नि वैविध्यपूर्ण लघुनिबंध लिहिले, की त्यांच्याकडे समीक्षक 'मराठी लघुनिबंधाचे विकासक' म्हणून पाहतात. खांडेकरांचा पहिला लघुनिबंध 'निकाल द्या' हा 'वैनतेय' साप्ताहिकातच प्रसिद्ध झाला होता.

'रानफुले' सदर – वि. स. खांडेकरांनी १९२७ ते १९२९ अशा सुमारे दोन वर्षांच्या कालखंडात लिहिलं. 'वैनतेय'मध्ये हे सदर खांडेकरांनी 'आदर्श' या टोपणनावाने लिहिलं होतं. 'वैनतेय'मधून खांडेकरांचे २०-२२ लघुनिबंध प्रकाशित झाले. ते 'वायुलहरी' आणि 'रानफुले' या लघुनिबंधसंग्रहांत संकलित आहेत. 'रानफुले' सदरात 'पांढरपेशा', 'अरसिक किती हा', 'दूधभात', 'मनुष्य व यंत्र', 'वृद्धांची पतंगक्रीडा', 'काळोखाचे दिवस', 'नीचपणा नको', 'विषमता', 'लग्न' यांसारखे लघुनिबंध प्रकाशित झाले होते.

आकर्षक प्रारंभ, अप्रत्यक्षित वा अनपेक्षित घटनांची मालिका, निष्कर्षवजा शेवट अशा सूत्रांनी बांधलेले हे निबंध होत. साध्या विषयातून मोठा आशय सांगण्याचं सामर्थ्य या निबंधांतून आढळतं. कल्पनाविलास, संवादशैली, अनुप्रासिक भाषा ही खांडेकरीय लेखनवैशिष्ट्यं इथे न आढळती, तरच आश्चर्य! जीवनदृष्टी देणारे हे लघुनिबंध वाचनीय आहेत. इथे नमुन्यादाखल एकच देण्यात आला आहे. कारण वि. स. खांडेकर याच्या प्रकाशित लघुनिबंध संग्रहांतून यापूर्वीच ते उपलब्ध झाले आहेत.

● गाढवाची गीता

'गाढवाची गीता' सदरलेखन नाट्यछटेच्या रूपात लिहिलं गेलं. इथे रूपबंधापेक्षा आशय महत्त्वाचा होता. सन १९२४-२५ च्या दरम्यान, म्हणजे 'वैनतेय' साप्ताहिकाच्या प्रारंभीच्या काळातच हे सदर प्रकाशित झालं. या लेखनामुळे, वि. स. खांडेकरांचा लौकिक 'विनोदी लेखक' म्हणून सर्वदूर पसरला होता. नाट्यछटा एका विशिष्ट घटना वा प्रसंगावर बेतलेली असते. तीत एकच एक प्रगट पात्र असतं. अन्य सूचक पात्रं जरूर असतात; पण ती गौण वा पूरक कार्य करतात. हा तसा एकपात्री प्रयोग असतो. स्वगत संवाद व प्रगट कथनांनी नाट्यछटा आकारत असते. खांडेकरांनी या रूपबंधात १८ अध्याय लिहिले. शिवाय, नंतर 'गीतारहस्य' शीर्षकाने प्रास्ताविक लिहिलं. पुढेही त्यानंतर 'गाढवापुढे गीता' म्हणून आणखीन दोन अध्याय लिहिले. या समग्र लेखनाचं स्वतंत्र पुस्तक 'गाढवाची गीता आणि गाजराची पुंगी' मधून या ओळीच्याच लेखकाने संपादित केले असल्याने, ते या संग्रहात संकलित करण्यात आलेलं नाही.

या सदरातून खांडेकरांनी सुशिक्षितांची मोफत वाचण्याची खोड, संपादकांची भूमिका, महागाई, भ्रष्टाचार, सावकार, केशवपन, श्रमप्रतिष्ठा, अंधश्रद्धा, नशीब, म्हातारपण, सदाचार यांसारख्या विषयांवर विनोदी शैलीतून केलेलं हे लेखन समाजाच्या तत्कालीन विसंगतीवर बोट ठेवणारं होतं. पण, आजही ते तितकंच प्रस्तुत ठरतं. काळ बदलला; पण माणसाच्या वृत्ती-प्रवृत्तींत मात्र बदल झालेला दिसत नाही, हे शल्य आजच्या वाचकांना खुपल्याशिवाय राहणार नाही. हे लेखन एक प्रकारे वाचकांशी सहज, रंजक पद्धतीनं केलेलं हितगूज होतं, म्हणून ते हृदयस्पर्शी झालं आहे.

● गाजराची पुंगी

'वैनतेय' साप्ताहिकात 'गाढवाची गीता'नंतर केलेलं विनोदी लेखन म्हणून 'गाजराची पुंगी' या सदराकडे पाहावं लागतं. सन १९२५ च्या मध्यास २ जून, १९२५ रोजी हे सदर सुरू झाले. ते २१ डिसेंबर, १९२६ पर्यंत चालले. या दीड वर्षाच्या कालखंडात याचे सप्तसूर (सात भाग) प्रकाशित झाले. सप्तकात या सदराची रचना करण्यात आली होती. असं दुसरं सप्तक लिहिलं गेलं होतं. पण त्याचा एकच सूर (भाग) हाती आला आहे. हे सारं लेखन 'गाजराची पुंगी' या स्वतंत्र पुस्तकात प्रकाशित झाल्याने द्विरुक्ती भयापोटी इथे देण्याचं टाळलं आहे.

विनोदी लेख असं या सदराचं रूप होतं. 'जोड्याचे आत्मवृत्त', 'साधुसंत विश्वविद्यालय' यांसारख्या लेखशीर्षकावरून लेखनाचं स्वरूप स्पष्ट होतं. या

लेखनातून खांडेकरांनी आपली समाजनिरीक्षणं टिपली आहेत. हे लेखन केवळ समाजचित्रण नसून, त्याची चिकित्सा, भाष्य, समीक्षा म्हणूनही महत्त्वाचं ठरतं.

वि. स. खांडेकरांचा 'लेखक' म्हणून झालेला प्रवास हा गमतीकडून गांभीर्याकडे सरकत गेलेला दिसतो. प्रारंभी कोट्या करणारे खांडेकर, नंतर सुभाषितवजा भाषा वापरतात. आरंभी उदाहरणांची खैरात व उपमांचा पाऊस पाडणारी त्यांची लेखणी उत्तरकाळात गंभीर तत्त्वचिंतनात रमलेली दिसते. एक 'लेखक' म्हणून खांडेकरांचा झालेला विकास पाहायचा, तर 'कल्पनातरंग'मधील लेखन पायाभूत ठरतं. वृत्तपत्रीय लेखन नियमित करावं लागतं. सातत्यातून कौशल्य विकसित होतं, हे गायकाच्या बाबतीत जेवढं खरं आहे, तितकंच ते लेखकाच्या बाबतीतही! 'गाढवाची गीता' आणि 'गाजराची पुंगी' या शीर्षकाने प्रकाशित स्वतंत्र ग्रंथातून दोन्ही एकत्र वाचणं, म्हणजे खांडेकरांचं विनोदी लेखन समजून घेणं होय.

● बहुरत्ना वसुंधरा

'गाढवाची गीता' आणि 'गाजराची पुंगी' सारखंच लिहिलेलं 'वैनतेय' साप्ताहिकातील तिसरं सदर म्हणजे, 'बहुरत्ना वसुंधरा' होय. ते निनावी असलं, तरी लेखनशैली व मांडणी लक्षात घेता, ते वि. स. खांडेकरांचंच होतं, हे सांगायला कोण्या भविष्यवेत्त्याची गरज नाही. वरील दोन स्तंभांच्या तुलनेत हे सदर 'अल्पकालिक'च म्हणावं लागेल. कारण या सदरात तीन रत्नंच (भाग) प्रकाशित झालीत.

पैकी पहिल्या रत्नात खांडेकरांनी सन १९२८-२९ या शैक्षणिक वर्षात अध्यापनात इंग्रजांनी 'डायरेक्ट मेथड' वापरण्याच्या काढलेल्या फतव्याचा फटकारे मारत परामर्श घेतला आहे. दुसरं रत्न गायक गाण्यासाठी कायकाय प्रयत्न करून नक्कल करत असतात, त्याची खिल्ली उडवली आहे. तर तिसरं रत्न साहित्याच्या मवाळ भूमिकेचा खरपूस समाचार घेतं. हे लेखन शैलीच्या अंगाने महत्त्वाचं ठरतं.

स्वातंत्र्यपूर्व काळात जून, जुलै, १९२८ मध्ये झालेलं हे लेखन. विसंगती वा अनुकरणावर बोट ठेवणारं हे लेखन. या लेखनात धार आहे खरी. पण सशाच्या शिकारीला सिंहाच्या शिकारीची तयारी केल्यासारखं त्याचं स्वरूप आहे. वि. स. खांडेकर अशा प्रकारचं लेखन करतात, तेव्हा त्यांचा युक्तिवाद मात्र बिनतोड असतो खरा! अशा लेखनात क्रोध, सुरसुरी भरलेली असली, तरी अल्पकालीन मनोरंजन, हास्य यांपलीकडे त्याचं महत्त्व राहत नाही. लेखनातील कलात्मकता कधी महत्त्वाची तर कधी आशय. त्या दृष्टीने पाहिलं, तर या लेखनाचं महत्त्व भाषा आणि शैली-सौंदर्यापुरतंच मर्यादित राहतं, हे मात्र नाकारता येणार नाही.

● कल्पनातरंग

एखाद्या क्रिकेटवीराचा पहिल्या चेंडूवर झेल जावा अथवा त्रिफळा उडावा, तसंच 'कल्पनातरंग' या सदराचं झालं. त्याचा अवघा एक भाग 'वैनतेय' साप्ताहिकाच्या दि. २३ जुलै १९२९ च्या अंकात प्रकाशित झाला होता. तो भाग पहिला व शेवटचा ठरला. हे लेखनही 'बहुरत्ना वसुंधरा'प्रमाणे निनावी असलं तरी भाषा, शैली, उदाहरणं, लकब पाहता ते खांडेकरांचंच होय. या स्फुटात दोन भाग आहेत. पहिल्या भागात 'अति तेथे माती' वा 'अति सर्वत्र वर्जते' चा भाव आहे. दुसरा भाग त्याचाच, त्याच विषयभावाचा उत्तरार्ध असून दृष्टान्त, उदाहरण वेगळे आहे इतकंच. अतिरेकामुळे काव्य आणि व्यवहार, निवृत्ती आणि प्रवृत्तींमध्ये हाडवैर निर्माण होतं, अशी शिकवण देणारा हा मजकूर.

एखादी छोटी कल्पना घेऊन त्याचा तरंग विस्तारित करणारं हे सदर. त्याला 'कल्पनेचे तारे तोडणं' असं एवढ्याचसाठी म्हणता येणार नाही, कारण खांडेकर कधीच निरुद्देश्य लिहीत नसतात. खांडेकरांच्या लेखनाचा फेर सतत मनुष्यहिताभोवती पिंगा घालत राहतो. खांडेकरांमध्ये मनुष्यहिताचा अखंड असा एक प्रवाह निरंतर झरत असतो, त्याचं प्रत्यंतर 'कल्पनातरंग' सदरामधूनही येतं. खांडेकरांच्या लेखनात पाश्चात्त्य लेखकांचं उदाहरण व पौर्वात्य मिथकांचा प्रयोग, वापर यांची सरमिसळ नित्य असते. भूतकाळास भविष्यलक्ष्यी बनवण्याचा खांडेकरांचा छंद जुनाच. तो या लेखनात न आढळता, तरच आश्चर्य! आपणास सांगायची गोष्ट खांडेकर नेहमी शर्करा वेष्टनातून सांगतात, त्याचा प्रत्यय या लेखनातूनही येतो.

● परिचयाची परडी

ज्याला पुस्तकपरिचय, परीक्षण, टीका, समीक्षा म्हणता येईल, अशी दोन सदरं वि. स. खांडेकरांनी 'वैनतेय' साप्ताहिकात लिहिल्याचं दिसून येतं. पैकी एक होतं 'परिचयाची परडी'. हे सदर वि. स. खांडेकरांनी ११ नोव्हेंबर, १९२४ ते २२ एप्रिल, १९३० अशी सुमारे सहा वर्षं सतत लिहिलं. ते 'आदर्श' या टोपणनावाने ते लिहीत. दुसरं होतं, 'पुस्तकपरिचय'. ते निनावी असे. हे सदर २८ फेब्रुवारी, १९२८ ते ५ ऑक्टोबर, १९३७ असं सुमारे नऊ वर्षं चाललं. दोन्हींत थोडा फरक दिसतो. 'परिचयाची परडी'मध्ये खांडेकर आपल्याला आवडलेल्या पुस्तकांबद्दल विस्ताराने व मनस्वीपणे लिहीत. त्यात एक प्रकारची अनौपचारिकता, प्रेम, आदरभाव दिसतो. 'पुस्तकपरिचय'मधील परीक्षणं ही 'साहित्यिक-संपादक' म्हणून आलेल्या औपचारिक जबाबदारीची परिपूर्ती असायची. 'परिचयाची परडी'मध्ये एका भागात एकच पुस्तकाबद्दल मनसोक्त लिहिलं जायचं. कधीकधी तर ते अनेक भागांत

लिहिलं जायचं. उदाहरणच द्यायचं झालं, तर तांबेशास्त्रीलिखित 'धर्म-मीमांसा' ग्रंथाचं देता येईल. या सदराच्या प्रारंभीच सदर ग्रंथावर लिहिलं गेलं, तेही तीन भागांत. हे परीक्षण सततच्या तीन अंकात (११, १५ नोव्हेंबर आणि ३० डिसेंबर, १९२४ ते प्रकाशित करण्यात आलं.

'परिचयाची परडी' मधून वि. स. खांडेकरांनी एकूण २८ ग्रंथांबद्दल लिहिलं आहे. त्यात श्रीपाद कृष्ण कोल्हटकरलिखित कादंबरी 'दुटप्पी की दुहेरी' वि. द. घाटे व माधव ज्युलियनांचा संयुक्तपणे संपादित कवितासंग्रह 'मधु-माधव', अण्णासाहेब लठ्ठे रचित 'श्री शाहू छत्रपती चरित्र', 'तुतारीचे पडसाद' हा श्री. वि. वर्तकांचा टीकाप्रबंध अशा अनेक महत्त्वाच्या आणि वैविध्यपूर्ण साहित्यप्रकारांवर बेतलेल्या ग्रंथांचा परामर्श खांडेकरांनी या सदरातून घेतलेला आढळतो. 'परिचयाची परडी'मध्ये ज्या ग्रंथांचा परिचय खांडेकर करून देतात, त्या ग्रंथांची त्यात भलावण असतेच असं नाही. कितीतरी वेळा कठोर टीकाही असते. 'धर्ममीमांसा' या तांबेशास्त्रीलिखित ग्रंथाच्या परीक्षणात ते शास्त्रीबोवांनी केलेल्या धर्माच्या व्याख्येचा 'धर्म आचारप्रभव' असल्याचे मान्य करतात. परंतु धर्मात परिवर्तन करता येत नाही, या मताचं खंडनही. खांडेकरांची ही वस्तुनिष्ठ समीक्षापद्धती अनेक परीक्षणांत आढळून येते. अण्णासाहेब लठ्ठे रचित 'श्री शाहू छत्रपती चरित्र' ग्रंथ राजाराम महाराजांमुळे ५०० पृष्ठांचा असूनही अवघ्या दोन रुपयांना मिळत असल्याबद्दल प्रशंसा करतात. 'तपकिरीच्या किमतीत कस्तुरी' असं त्यांचं वर्णन चपखल आहे. 'दलितवर्गाच्या उद्धाराकरिता शाहू छत्रपतींनी जिवाचं रान केलं व ही गोष्ट महाराष्ट्राच्या हृदयपटलावर कायमची कोरलेली राहील,' हे नोंदवायलाही ते विसरत नाहीत. टिळक, गांधी, गोखले प्रभृती – मान्यवर वा अन्यांबाबतीतही खांडेकरांची मते त्या काळाच्या वेळी होती; पण त्याच व्यक्तींबद्दलचं खांडेकरांचं नंतरच्या काळात झालेलं लेखन 'पूर्वमतांत झालेल्या परिवर्तनाचा पुरावा' म्हणून पाहता येतो. मतभिन्नता व परमताचा आदर हे विवेकशील, लोकशाही जीवनपद्धतीचा अनिवार्य भाग असतो. खांडेकरांच्या या परीक्षणातील मतांबाबत सर्वजण सर्वदा सहमत होतील असं नाही. मीही नाही. यासंदर्भात एक घटना 'वैनतेय'चे संपादक मेघश्याम शिरोडकरांच्या बाबतीत घडलेली असली, तरी या प्रसंगी ती प्रस्तुत म्हणून नोंदवावीशी वाटते. शिरोडकर समाजवादी, धर्मनिरपेक्ष. खांडेकरांप्रमाणेच. सावंतवाडी राष्ट्रीय स्वयंसेवक संघाचे गोळवलकरगुरुजी आलेले असताना भेटायला गेले होते, तेव्हा म्हणाले, 'Let us agree to differ'. गुरुजींनी तत्काळ उत्तर दिलं, 'Let us differ to agree'. विचारांचं मतभेदपूर्ण स्वागत लेखनास उदारतेकडे नेत असतं, हेच खरं प्रागतिकपण होय.

या सदरात 'तुतारीचे पडसाद' या केशवसुतांच्या कवितेवरील टीकाप्रबंधाची चर्चा आहे. ती खांडेकरांचा काव्यविषयक व्यासंग स्पष्ट करणारी आहे. आचार्य अत्रे

यांच्या 'झेंडूची फुले'चं परीक्षण मुद्दामहून प्रकाशित करतात. कारण खांडेकरांना गेल्या दोन वर्षांत विनोदी कवितेस ओहोटी लागल्याचं वैषम्य वाटतं. प्रा. ना. सी. फडके यांच्या 'दौलत' कादंबरीची या सदरात करण्यात आलेली चिकित्सा खांडेकरांच्या स्वागतशील समीक्षेचं उदाहरण म्हणून नोंदविता येईल. या सदरात खांडेकरांनी आपले लेखनगुरू श्रीपाद कृष्ण कोल्हटकरांच्या 'दुटप्पी की दुहेरी' (कादंबरी), कथासप्तक (संपादन), 'श्यामसुंदर'ची (कादंबरी) मीमांसा केली आहे. काशीबाई कानिटकर, आनंदीबाई शिर्के प्रभृती स्त्री-लेखिकांच्या लेखनाचा खांडेकरांनी करून दिलेला परिचय त्यांना 'उदारमतवादी टीकाकार' सिद्ध करणारा आहे.

आजच्या वृत्तपत्रात एका परिच्छेदात पुस्तकपरिचय करून देण्याने या वृत्तपत्रांची तत्कालीन वाङ्मयीन महत्ता लक्षात येते. या पार्श्वभूमीवर, 'वैनतेय'सारखं केवळ चार पृष्ठांचं साप्ताहिक असूनही पृष्ठंच्या पृष्ठं खर्च करायचं, यातून त्यांची वाङ्मयीन अभिरुची अधोरेखित होते. या समीक्षा बऱ्याचदा परखड झाल्या आहेत. काहींत पाल्हाळीकता आढळते. 'नमनास घडाभर तेल' अशी त्यांची स्थिती झाली आहे. पण खांडेकर सर्वच परिचयांत जी तार्किक चर्चा घडवतात, त्या मात्र विचारणीय असतात. खांडेकर सोदाहरण आपली सहमती वा मतभिन्नता नोंदवतात. त्यातून त्यांची सव्यसाची वृत्ती स्पष्ट होते. समीक्षेची ठेवण टीकाशास्त्राला धरून असल्याने त्या शास्त्रोक्त झाल्या आहेत. वि. स. खांडेकरांच्या साहित्यिकाबरोबर त्यांच्यातील 'टीकाकार' समांतरपणे घडत गेला. म्हणून त्यांचं लेखन समकालीनांच्या तुलनेत अधिक गुणात्मक, कसदार होत गेलं आहे.

● पुस्तक परिचय

वर या सदराची पूर्वपीठिका दिली आहेच. या स्तंभात खांडेकरांनी विविध अशा २० ग्रंथांचा परिचय करून दिला आहे. उपरोक्त सदराच्या तुलनेत हे ग्रंथ दुय्यम ठरत असले, तरी वाङ्मयीन इतिहासाच्या दृष्टीने त्यांचं महत्त्व आहे. 'गडकरी यांच्या आठवणी', 'ऐतिहासिक पोवाडे' यांच्याबरोबरीने कादंबरी, काव्य, नाटक, भाषणं यांचा इथे परिचय करून देण्यात आला आहे.

'गडकऱ्यांच्या आठवणी'मधून १९ लोकांच्या विविध आठवणींतून खांडेकर राम गणेश गडकरी यांचं व्यक्तिमत्त्व उभं करतात. 'हिंदुपदपातशाही' ग्रंथाची तुलना खांडेकरांनी न. चिं. केळकरांच्या 'मराठे व इंग्रज' ग्रंथाशी केली आहे. 'भावमंथन' आणि 'माधवी' या वाङ्मयविहार मंडळ प्रकाशित काव्यसंग्रहातील विविध कवी, काव्यप्रकारांचा खांडेकरांनी घेतलेला परामर्श ही त्यांच्या काव्यव्यासंगाची साक्ष होय. सुनीतं आणि गीतं यांमधील बारकावे खांडेकर जाणतात. तसंच, लक्ष्मीबाई टिळक, पांगारकर, गोविंदांच्या काव्यलेखन-कौशल्याची त्यांना पुरेपूर जाण असते. यातून

खांडेकरांचं वाचन, विचार, तर्कव्यवहार समजायला ही परीक्षणं उपयोगी ठरतात. वि. स. खांडेकर या सदरातून केवळ ग्रंथांचीच नोंद घेऊन थांबत नाहीत, तर 'वैनतेय' वाचकांसाठी ते अधी-मधी साहित्य संमेलनांच्या निमित्ताने प्रकाशित विविध नियतकालिकांच्या विशेषांकांचा परिचय करून देऊन, संपादक, समीक्षकाची चौफेर चिकित्सा व चौकसबुद्धी सिद्ध करतात. सन १९३७ च्या 'यशवंत' मासिकाचा, ३५० पृष्ठांचा (ज्यात २०० पृष्ठं सचित्र होती), साहित्य संमलेन विशेषांकाचा विशेषत्वाने उल्लेख करावा लागेल. शिवाय, ते संमेलनात प्रसिद्ध झालेल्या ग्रंथांचाही आवर्जून परिचय करून देत. या त्यांच्या धडपडीमुळे, 'वैनतेय'मधील परीक्षण, टीकेस तत्कालीन मराठी साहित्यजगतात प्रतिष्ठा निर्माण झाली होती. या व अन्य नियतकालिकांतील परीक्षणांमुळे खांडेकर 'टीकाकार' म्हणूनही मान्यता पावले होते.

● स्फुट सूचना, वार्तापत्रं, टिपा

ज्याला 'संकीर्ण' म्हणता येईल अशा अनेक स्फुट सूचना, वार्तापत्रं, टिपा खांडेकरांनी 'वैनतेय'ची गरज म्हणून लिहिल्या आहेत. स्वातंत्र्यपूर्व काळात वृत्तपत्राच्या संपादकाला 'वृत्तपत्रीय गरज' म्हणून सर्व प्रकारची कामं करावी लागत. 'वैनतेय' साप्ताहिक शिरोडकर, खांडेकर, साप्ते या त्रिमूर्तींनी राष्ट्रीय ध्येयवादाने प्रकाशित केलं होतं. 'पहिली पावलं' या आपल्या साहित्यिक आत्मकथनात वृत्तपत्र-संपादनासंबंधी 'तांबड्या मातीत उठाबशा'मध्ये खांडेकरांनी स्पष्ट केलं आहे की, ''माझी भूमिका मजकुराचा माल पुरविणाऱ्या मदतनिसाची होती. अग्रलेखापासून फुटकळ बातमीपर्यंत. माझ्या या साप्ताहिक पोतडीत सर्व प्रकारच्या चिजा असत.'' यावरून खांडेकर पडेल ते लेखन करायचे, हे स्पष्ट होतं. शिरोड्याचे बातमीदार म्हणूनही खांडेकर लेखन करायचे. 'वैनतेय'मध्ये 'शिरोड्याचं वार्तापत्र' नियमित प्रसिद्ध होत असे. ते खांडेकरच लिहीत. सन १९३० साली शिरोडे येथे झालेल्या राज्यपातळीवरील 'मीठ सत्याग्रह'संबंधी वार्तापत्रं खांडेकरांनी लिहिली होती. खांडेकरांना सत्याग्रहातच प्रत्यक्षात भाग घ्यायचा होता. पण शाळेची नोकरी ही अडचण होती. त्याची भरपाई त्यांनी 'वार्तापत्रं' लिहून केल्याच्या नोंदी आहेत. धोंडो केशव कर्वे, डॉ. वॉनलेस प्रभृतींसंबंधी स्फुटं, टीपा अल्पाक्षरी असल्या, तरी प्रभावी आहेत. 'स्फुट सूचना' मधील 'राष्ट्रीय भाऊबीज', 'येते साहित्य संमेलन', 'मराठी ज्ञानकोश','वा. गो. आपटे निधन', 'शंकराचार्यांपुढील कामे' यांसारखी स्फुटं केवळ वाचनीय नसून ती अंतर्मुख करतात. खांडेकर 'स्फुट लेखक' म्हणून बहुश्रुत, बहुअवधानी होते. स्वल्प आणि दीर्घ दोन्ही प्रकारचं लेखन ते समान तन्मयतेने करीत, हे विशेष. यातूनही त्यांचं सामाजिक मन, धर्मनिरपेक्ष वृत्ती, गैरांप्रति आक्रमकता, प्रागतिकता सारी वैशिष्ट्यं प्रतिबिंबित होत राहायची.

'समुद्रमंथन', 'कल्पनातरंग', 'वाङ्मय विचार' आणि 'वैनतेय' हे चार लेखनसंग्रह हे वरील सर्व लेखनाचे संग्रह आहेत. मुद्रण व वाचनसुविधेसाठी या लेखनाचे चार भाग करण्यात आले आहेत. चार भाग करताना, एकाच स्वरूपाची दोन सदरं वि. स. खांडेकरांद्वारा लिहिली जाणं–हेही एक कारण होय. उदाहरण द्यायचं झालं तर, 'पुस्तकपरिचय' आणि 'परिचयाची परडी' याचं देता येईल. दोन्ही सदरांचं स्वरूप एक आहे; पण उद्देश वेगळा आहे. तीच गोष्ट थोड्याफार फरकाने 'समुद्रमंथन' आणि 'कणसाचे दाणे' या सदरांची. हे लेखनसंग्रह वि. स. खांडेकरांच्या वृत्तपत्र लेखनवैविध्याचा आलेख व नमुना होय. हे ग्रंथ खांडेकरांचे अष्टपैलू वाचन, व्यासंगाचा पुरावा म्हणून महत्त्वाचे. 'स्फुट सूचना', 'वार्तापत्र', 'टिपणे' ही सदरं संकीर्ण, तरीही लेखनकामाठी सिद्ध करणारी. विसाव्या शतकाच्या प्रारंभी, संपादन-लेखनासाठी किती मेहनत घेत हे पाहिलं, की त्यांचे कष्ट व समर्पणाचा अचंबा वाटल्यावाचून राहत नाही. हे सर्व देशासाठीचा त्याग व निष्ठेसाठी होतं, हे महत्त्वाचं. मिळकत – शून्य. कष्ट केवळ ध्येयवादातच शक्य असतात. 'पत्रकारितेचा आदर्श' म्हणूनही या लेखनसंग्रहांचे ऐतिहासिक महत्त्व आहे.

जया दडकर यांच्या 'वि. स. खांडेकर वाङ्मयसूची'मुळे हे चार ग्रंथ संपादित करणं शक्य झाले. पंचम खेमराज महाविद्यालय, सावंतवाडीचे ग्रंथपाल श्री. गं. आ. बुवा यांच्यामुळे हा सारा लेखनसंग्रह उपलब्ध होऊ शकला. त्या उभयतांचे मन:पूर्वक आभार!

'वि. स. खांडेकर रजत स्मृती-प्रकल्प'मधील हा 'रजत स्मृती प्रकल्प' पूर्ण करताना, या प्रकाशनास अनुमती व सहकार्य करणाऱ्या वि. स. खांडेकरांच्या कन्या मंदाताई आपल्यात नाहीत. त्यांचं कृतज्ञ स्मरण आणि हा सारा 'रजत स्मृती प्रकल्प' त्यांना आदरपूर्वक समर्पित! वरील चार ग्रंथांचा हा गुच्छ वाचकांनी मिळवून एकत्रितपणे वाचावा. त्यामुळे वि. स. खांडेकरांच्या 'वैनतेय' साप्ताहिकातील सर्व लेखन वाचल्याचे समाधान वाचकांना लाभेल. त्यातून वि. स. खांडेकरांच्या समग्र लेखनाचे आकलन शक्य होईल. या प्रकल्पाचं प्रकाशन पूर्ण केल्याबद्दल मेहता पब्लिशिंग हाऊस, पुण्याचे अनिलभाई आणि सुनीलभाई पिता-पुत्रांचे मन:पूर्वक आभार! त्यांच्याशिवाय हे शक्य नव्हतं, याची जाणीव आज प्रकर्षाने होते आहे. गेले तपभर केलेल्या कष्टांचे फलित म्हणून या 'रजतस्मृती प्रकल्प'च्या संकल्पपूर्तीकडे पाहावे लागेल.

'रजतस्मृती प्रकल्प' वि. स. खांडेकरांच्या पंचवीसाव्या स्मृती वर्षात (२००१) संकल्पित करुन सुरु केला. सन २०१९मध्ये तो एकूण २८ ग्रंथ प्रकाशित होऊन पूर्ण होत आहे. मुळात २५ ग्रंथ प्रकाशित करण्याची योजना होती. ती ग्रंथसंख्या २८च्या घरात गेली आहे. अद्याप किमान पाच ग्रंथांचे संपादन प्रगतीपथावर आहे.

रोजच्या माझ्या खांडेकर शोधाच्या ध्यासात ही संख्या कितीवर जाईल हे सांगणे अशक्य! मराठीतील हा अशा स्वरूपाचा एकमेव बृहत् प्रकाशन प्रकल्प असावा.

११ एप्रिल, २०१५ **डॉ. सुनीलकुमार लवटे**
महात्मा जोतिबा फुले जयंती

अनुक्रमणिका

वाङ्मयविचार

१. वाङ्मयातील लाटा

राजकारणाप्रमाणे वाङ्मयातही विशिष्ट प्रकारच्या लाटा येत असतात. असहकारितेच्या अमदानीत गांधी टोप्यांप्रमाणे कवितांनाही महाराष्ट्रात ऊत आला; पण सत्याग्रहाने या कविता करण्याच्या प्रवृत्तीला बारडोलीच्या तहकुबीबरोबरच उतरती कळा लागली व छापखान्यातील खिळे बोळविणाऱ्यांना 'गांधी', 'खादी', 'सत्याग्रह', 'हरहरमहादेव', 'छत्रपती' इत्यादी शब्दांच्या वेळी भासणारी अक्षरांची टंचाई नाहीशी झाली. १९१९ ते १९२४ या पाच वर्षांत महाराष्ट्रात कविता विपुल निर्माण झाली; पण राजकीय चळवळीच्या चंद्रावर ज्यांच्या स्फूर्तीची भरती-ओहोटी अवलंबून नाही, अशा थोड्या कवींखेरीज बाकीच्यांची कविता अळवावरच्या पाण्यासारखी झाली. त्या वेळच्या कवितांप्रमाणे सध्या छोट्या गोष्टींचा हंगाम सुरू झाला आहे. लघुकथा लिहावयाला मोठा व्यासंग पाहिजे असे सांगितले, तर त्यांचे अनेकांना आश्चर्य वाटते. नाणावलेल्या लेखकांच्या टाकाऊ गोष्टी पुढे असल्यामुळे तर होतकरू लेखकांना या बाबतीत बराच धीर येतो. नियतकालिकांची संख्या बरीच वाढल्यामुळे व इंग्रजी पद्धतीप्रमाणे साप्ताहिक, दैनिकांनाही गोष्टीची गरज वाढत्या प्रमाणात आहे. पण गरजवंताला अक्कल नसल्यामुळे मिळेल तो माल अनेक वेळा ग्राहकांपुढे ठेवला जात आहे. प्रसिद्ध झालेल्या लेखाभोवती नकळत एक प्रकारचे प्रतिष्ठितपणाचे वातावरण उत्पन्न होत असते. त्यामुळे छापलेल्या गोष्टी वाचल्या जातात. एवढेच नव्हे; तर होतकरू लेखकांपुढे आदर्श म्हणून राहतात. कथांचे स्वरूप, त्यांचे प्रकार, त्यांचे आत्मतत्त्व इत्यादी विषयांसंबंधी विवेचन करणारे लेखक पुढे आले, तर या आंधळ्या कोशिंबिरीच्या खेळाला थोडा तरी आळा पडेल. नाहीतर आजच्या कथा वाङ्मयाच्या एकनिष्ठ भक्ताच्यामुळे बापाने साठविलेली पुस्तके समुद्रार्पण करण्याचा प्रसंग निःसंशय यावयाचा!

२० डिसेंबर, १९२७

१. वाङ्मय : विचार की विकार

मेरी कॉरेलीच्या 'Sorrows of Satan' या कादंबरीच्या आरंभी एका गरीब लेखकाला एक संपादक आपला अनुभव खालीलप्रमाणे सांगतो– "उच्चदर्जाच्या कादंबऱ्यांवर लोकांच्या उड्या कधीच पडत नाहीत. लोकांना व टीकाकार बुवांना आवडणारे ललितवाङ्मय म्हणजे प्रक्षुब्ध करणारे थोडेसे वस्तुस्थितीनिदर्शन व तेही वर्तमानपत्री भाषेनेच रंगविलेले. वाङ्मयगुणसंपन्न इंग्लिश अगर ॲडिसनच्या शैलीचे इंग्लिश लिहिणे म्हणजे शुद्ध वेडेपणा आहे." इंग्लिश व ॲडिसन हे शब्द बदलून हाच उतारा वाचला, तर तो आजच्या मराठी वाचकालाही जसाच्या तसा लागू पडेल. वाङ्मयाचे कार्य विचारांपेक्षा विकाराला खाद्य पुरविणे हे झाले म्हणजे त्याच्या उन्नतीचा प्रश्नच आटोपतो. फौजदारानेच चोऱ्या करायला सुरुवात केल्यावर चोरीविरुद्ध आरडाओरडा करून फायदा कितीसा होणार?

२. 'माझी कहाणी'

प्रो. कर्वे यांना अनाथबालिकाश्रमाच्या कार्यात साहाय्य करणाऱ्या श्री. पार्वतीबाई आठवले यांनी आत्मचरित्र 'माझी कहाणी' या नावाने प्रसिद्ध केले आहे. सत्य हाच देव व सदसद्विवेकबुद्धी हाच संसारातला दीपस्तंभ मानला म्हणजे मनुष्याला आपले आयुष्य कर्तव्यतत्पर कसे करता येते, याचा श्री. पार्वतीबाई यांचे चरित्र हा 'आदर्श'च आहे. प्रसंगपरत्वे अनेक विषयांवरील आपले निर्भीड विचार त्यांनी 'माझी कहाणी' या पुस्तकात व्यक्त केले आहेत. पौर्वात्य ब्राह्मविवाह व पाश्चिमात्य प्रेमविवाह यांची त्यांनी एके ठिकाणी तुलना केली असून, विवाह सर्वस्वी सुखकारक होण्याला दोन्ही पद्धतींचे मधुर मिलन झाले पाहिजे, असा आपला आशय प्रगट केला आहे. आपल्या समाजात वधूवरांची वयोमर्यादा मात्र वाढली आहे; पण निवडीच्या अगर आवडीच्या दृष्टीने मात्र समाजस्थितीत म्हणण्यासारखी सुधारणा

घडून आली नाही. 'वधूवरांना परस्पर पसंतीला पूर्णपणे संधी देऊन, त्यांच्या निर्णयाला पालकांच्या पसंतीची जोड मिळाल्यास आमची पद्धती बरीच निर्दोष होईल' असे पार्वतीबाई म्हणतात. पण ही परस्परपसंतीची घंटा मांजराच्या गळ्यात बांधायची, कोणी व कशी? की पसंती म्हणजे चार प्रश्नांनी होणारी वधूपरीक्षा?

१. पारंपरिक मानसिकता

श्रीमती पार्वतीबाई आठवले यांच्या कहाणीत खालील गमतीदार हकिगत आली आहे. पार्वतीबाईंना एक बंगाली विद्यार्थी भेटले व त्यांनी 'तुम्हाला उच्च ब्राह्मण कुळात जन्म मिळालेला असता तुम्ही या ठिकाणी यवनांच्या घरी नोकरी काय करता?' असा प्रश्न केला. हा प्रश्न ऐकून हसावे की रडावे हेच कळत नाही. अमेरिकेसारख्या परक्या देशात 'इंग्लिश' भाषा मुळीच येत नसता, केवळ ध्येयसिद्ध्यर्थ जाणाऱ्या प्रौढ स्त्रीचे कौतुक करावयाचे सोडून मनुस्मृतीच्या काळातील शास्त्रीबोवांप्रमाणे प्रश्न विचारणारा सदरहू विद्यार्थी दांभिक तरी असला पाहिजे अगर वेडसर तरी असला पाहिजे, अशी शंका आल्यावाचून राहत नाही.

२. लाज कशाची हवी?

पण हे बाबूमहाशय एवढ्यावरच गप्प बसले नाहीत. 'यवनांच्या घरच्या कपबशा विसळणे ही गोष्ट ब्राह्मण्याला काळिमा लावणारी आहे.' असे गर्जून त्यांनी पार्वतीबाईंची अमेरिकेतून उचलबांगडी करण्याचा प्रयत्न केला. यवनांच्या कपबशा विसळणे ही गोष्ट ज्यांना लाजिरवाणी वाटते, त्यांना यवनांच्या गुलामगिरीत राहणाऱ्या आपल्या तीस कोटी बांधवांविषयी कितीतरी अधिक त्वेष येत असला पाहिजे; पण तोंडची वाफ दवडून हा त्वेष व्यक्त करण्यात मतलब काय? लाज धंद्याची नसून अप्रामाणिकपणाची असली पाहिजे, हे साधे तत्त्वही वरील विद्वानांच्या गळी उतरले नव्हते. बरे, एका ब्राह्मण बाईला यवनांच्या कपबशा विसळाव्या लागल्या याची जर यांना खरोखर लाज वाटत होती, तर त्यांनी अधिक योग्य रीतीने तिच्या चरितार्थाची सोय लावायला पाहिजे होती; पण असले विधायक काम धर्मनिष्ठेचा फुकटचा आव घालणाऱ्या असल्या लोकांच्या हातून कुठून होणार?

३. गंभीर गंमत

जून १६च्या जॉन-ओ-लंडनच्या अंकात 'A dog that would not die' ही लघुकथा आली आहे. गोष्टीला कथासूत्र फारसे नसले तरी हास्य, करुण व वत्सल या रसांच्या छटांचा त्यात सुंदर उठाव झाला आहे. एका गरीब गावकऱ्याचा एक गावंढळ कुत्रा मारून टाकण्याचे ठरते. तो त्याला मारण्यासाठी रानात नेतो. बंदूक उडविण्याच्या वेळी त्याची मन:स्थिती अतिशय केविलवाणी होते. शेवटी, डोळे मिटून तो बंदूक उडवितो व गोळीने कुत्रा मरण्याऐवजी ज्या दोरीने तो झाडाला बांधलेला असतो तीच तुटते. पुढे कुत्र्याचे भूत आपल्या पाठीमागे लागले या समजुतीने धावणारा धनी हा व हा काही नवा खेळ आहे म्हणून जोरजोराने पाठलाग करणारा कुत्रा यांची गंमत वर्णन करण्यात आली आहे.

४. आत्मभानशून्य वाङ्मय

अशी गोष्ट वाचताच आपल्या वाङ्मयात कुत्रा कुठे आहे का याची आठवण मन करू लागले. पण आमच्या दरबारी खात्यात सिंह व हत्तीखेरीज दुसऱ्या प्राण्याचा प्रवेश व्हावा कुठून? आमचे कवी व लेखक यांच्या वाङ्मयसृष्टीत कोकिळाखेरीज पक्षी नाही व सिंह-हत्तीखेरीज प्राणी नाही. आमचे वाङ्मय बहुधा आत्मभावनाशून्य व परंपरेचे अनुकरण करणारे असते. याचे प्रत्यंतर म्हणजे, वैयक्तिक आयुष्यात ज्यांच्याविषयी आपल्याला फार जिव्हाळा वाटतो, अशा पशुपक्ष्यांचा उल्लेखदेखील त्यात येत नाही, हेच होय.

३ जुलै, १९२८

१. कवी : बुद्धिप्रधान, भावप्रधान

ठरावीक कल्पना शुद्ध रीतीने वृत्तांत अगर पद्यांत मांडणाऱ्याला कवी म्हटले तर आज महाराष्ट्रात हजार, दोन हजार कवी खास निघतील. पण प्रत्येक गाव आपल्या जवळून वाहणाऱ्या नदीला गंगा म्हणत असले, तरी गावगंगेला जशी भागीरथीची सर येणे शक्य नाही, त्याप्रमाणे पद्यरचनेवरल्या प्रभुत्वानेही कुणाला कवी होता येणार नाही, पोप, ड्रायडन, फाऊस्ट वगैरे कवी इंग्लिश वाङ्मयात अभिजात वाङ्मयात मोडतात हे खरे; पण त्यांचे काव्य भावोत्कट नसून बुद्धिप्रधान आहे असेच आढळून येईल. भावनाप्रधान कवी ज्वालामुखीप्रमाणे असतो. आतील आग असह्य झाली म्हणजे, तो ती एकदम ओकू लागतो. उलट बुद्धिप्रधान कवी हे मुंबईच्या मलबारहिलप्रमाणे व्यवस्थित, नीटनेटके व सदैव प्रशांतच असतात.

२. कवी, कृती अंतर

कवी व कृती यांचा ऊहापोह करताना आम्ही अर्थात भावनाप्रधान कवींवरच दृष्टी ठेविली होती. लोंढे, लेले, भिडे वगैरे आधुनिक कवी व विनायक, गडकरी, बालकवी इत्यादी कवी यांत जो फरक आहे, तो क्वचित आढळणारा अगर काणाडोळा करण्याइतका सूक्ष्म नाही. आता अशा कवींच्या कृतीकडे पाहिले, तर काय आढळून येईल? विनायकांच्या कवितेत देशाभिमानाची उज्ज्वल दीपिका चमकताना आढळते; पण दिव्याखाली अंधार या न्यायाने त्यांचे प्राकृत चरित्र या देशाभिमानाला शोभेल असे नाही. गडकऱ्यांच्या संबंधांने अद्यापि 'तेरी भी चूप, मेरी भी चूप' असा प्रकार आढळतो. पण त्यांची कविकृती व चरित्रकृती यांत फार अंतर होते, ही गोष्ट सर्वांना माहीत आहे.

३. टॉलस्टॉयचा मानसिक विकास

शिवाय, A dog that would not die हे वाक्य, कवी बहुधा कृतिशून्य असतो हे दाखविण्याकरिताच उपयोजिले होते. तो काव्यात माझी मायभूमी म्हणून ऊर बडून घेईल; पण त्या मायभूमीकरिता त्या उरावरील खिशात असलेले पैशाचे पाकीट काढून एखादा पैसा फेकेलच असा काही नियम नाही. 'खादी वापरा, परदेशी माल वापरू नका' म्हणून उपदेशपर कविता करताना त्यातील मातृभूच्या दुःखस्थितीने त्याच्या डोळ्यांत जे अश्रू येतात, ते बहुधा बहुमोल हातरुमालानेच तो पुशीत असतो. टॉलस्टॉयच्या बाबतीत असे झाले नाही. जसजशी त्याच्या विचारांची परिणती झाली, तसतसा त्याचा आचारही सुधारत गेला. याचा अर्थ, तो उपजत साधू होता असा मुळीच नाही. पण वृद्ध नारी पतिव्रता निराळी व पश्चात्तापाने पावन होऊन पवित्रता होणारी वेश्या निराळी. 'प्रकाशाचा एकच किरण' (Light shines in darkness) या त्याच्या नाटकात त्याने स्वतःचा मानसिक विकास व झगडा फार चांगल्या रीतीने दाखविला आहे.

४. टॉलस्टॉयची तीन नाटके

टॉलस्टॉयच्या कादंबऱ्या व गोष्टी चांगल्या आहेत हे तर खरेच; पण याचा अर्थ त्याची नाटके वाईट असा मात्र नव्हे. "त्याच्या नाटकांबद्दल विशेष प्रसिद्धी नाही–" प्रसिद्धीवरूनच वस्तूची किंमत ठरवायची झाल्यास, हिमालयातील गुहांत योगासन घालून बसणाऱ्या यतिवर्गापेक्षा फुकट मिळणारी राख अंगाला फासून येनकेन प्रकारेण संत होणारी माणसेच अधिक मोठी ठरतील. कला, विषय व मांडणी इत्यादी दृष्टींनी 'Power of darkness', 'Live corpse' आणि 'Light shines in darkness' ही टॉलस्टॉयची तीन नाटके चांगली आहेत. असे वाटल्यामुळेच वाचकांना त्यांचा परिचय करून देण्याचा उपक्रम केला आहे. नाटकांनंतर त्याच्या इतर ललित वाङ्मयाचाही परामर्श घेण्याचा विचार आहे.

१७ जुलै, १९२८

१. प्रेम

विस्ताराच्या ताज्या अंकात 'बंधनाच्या पलीकडे' या कादंबरीचे परीक्षण करताना प्रसिद्ध कादंबरीकार प्रो. वा. म. जोशी यांनी 'निष्काम प्रेम ही परिसाप्रमाणे काव्यांतच आढळणारी चीज आहे' असे उद्‌गार काढले आहेत. काव्य हे व्यवहारात घटकाभर पडणारे स्वप्न आहे, असाच याचा अर्थ होतो. प्रथमदर्शनी उद्‌भवणारे प्रेम, सौंदर्य अगर तत्सम बाह्यगुण यांच्यावरच जर अवलंबून असेल, तर खरोखरच उत्सुकतेचे अवगुंठन उडून जाताच ते पाऱ्याप्रमाणे उडून जाईल. नवरसांचा राजा जो शृंगार त्याची ज्याच्यावर पूर्ण मदार ते स्त्रीप्रेम सोडून दिले, तरी इतर प्रकारचे प्रेम व्यावहारिक असते की नाही, हे आपल्याला सहज पाहता येईल.

२. इंद्रीयग्रामाधिकारी मन

श्रीमंत व गरीब, पंडित व अशिक्षित अशा प्रकारच्या विरोधी स्वभावाच्या लोकांत अनेक वेळा गाढ प्रेम असलेले आढळून येते. या प्रेमाची कारणमीमांसा आपण करू लागलो तर 'न खलु बहिरुपाधीन प्रीतयः सश्रयंते' हाच अनुभव आपल्याला येईल. केवळ तेजाची मूर्ती अशी वीज पाण्याने भरलेल्या मेघांत वास का करते हे कोडे जसे कवीला पडते, त्याप्रमाणे अनेक दृष्टींनी एकमेकांशी 'असदृश असलेली माणसे एकमेकांवर प्रेम का करतात हे कोडे व्यवहारातल्या मनुष्याला पडते. प्रो. जोशी यांनी 'बलबान्निद्रियग्रामो विद्वांसमपि कर्वति' या मनुवचनाचा सदरहू परीक्षणात थोडाफार अनुवाद केला आहे; पण इंद्रियग्रामाधिकारी मन हे सर्वांत अधिक बलवान नाही काय?

७ ऑगस्ट, १९२८

१. देववाद : सुधारकी विचार

किर्लोस्कर खबरच्या ऑगस्टच्या अंकातील श्री. महादेवशास्त्री दिवेकर यांचा 'देववाद' हा लेख अत्यंत वाचनीय आहे. ३०-४० वर्षांपूर्वी याच लेखातील मते एखाद्या आगरकरांनी निराळ्या भाषेने व निराळ्या पद्धतीने व्यक्तही केली असतील. पण त्या वेळी त्यांची संभावना 'सुधारकी विचार' म्हणून समाजाने नाक मुरडूनच केली असेल. धंद्याच्या बाबतीत एक धड ना भाराभार चिंध्या झाल्या म्हणजे मनुष्याला जशी उपाशी मरण्याची पाळी येते, त्याप्रमाणे देवाधर्माच्या बाबतीतही प्रकार होतो. 'असेल माझा हरी तर देईल खाटल्यावरी' ही उक्ती भक्ताचा भाव दर्शविणारी मानली जाते; पण व्यवहारदृष्ट्या पाहिल्यास ती आळसाची द्योतक आहे. 'भाव तिथे देव' ही म्हण आमच्या अंगवळणी पडली आहे. पण 'घाव तिथे भाव' हे तत्त्व मात्र आम्हाला अद्यापि मुळीच कळत नाही.

२. यत्न तोचि देव

देवावर भरिभार घालून बसण्याची वृत्ती आमच्या अंगी अतोनात खिळून गेली आहे. पण देव काय हिवताप नाहीसा करायला लावणारे कोयनेल होईल की परीक्षेला बसणाऱ्या मुलाचा अभ्यास करील की ताटावरून पाटावर करणाऱ्यांच्या तिजोऱ्या भरलेल्या राहाव्यात म्हणून रुपयांचे रूप घेईल. धर्म, तत्त्वज्ञान, मानसशास्त्र इत्यादिकांच्या दृष्टीने देवाला अस्तित्व आहे व मानवी जीवितात देवाच्या भावनेचे कार्यही मोठे आहे; पण देव हा बुद्धिबळे खेळायला बसलेला गडी असून माणसे म्हणजे निर्जीव मोहरी आणि प्यादी आहेत, ही कल्पनाच चुकीची आहे. 'नुपेक्षी कदा राम दासाभिमानी' हे उद्‌गार काढणाऱ्या समर्थांनीच 'यत्न तो देव जाणावा' हा उपदेश केला आहे, हे हिंदूंनी विसरू नये.

१४ ऑगस्ट, १९२८

१. वाचक-लेखक संबंध

'अरुण' मासिकाने जुलैच्या अंकापासून एक नवीन सदर सुरू केले आहे. ते सदर म्हणजे, लेखकाचे लेखनविषयक त्रोटक आत्मकथन हे होय. वाचक व त्यांचा आवडता लेखक या दोघांचे परस्परसंबंध मोठे मजेदार असतात. लेखकाची तोंडओळखदेखील नसताना वाचकांच्या मनात निव्वळ त्याचे लेख वाचून एक प्रकारचे प्रेम उत्पन्न होत असते. लेखकाचा फोटो प्रसिद्ध झाला नसेल, तर आगगाडीच्या डब्यात आपल्या मांडीला मांडी लावून बसलेला मनुष्य आवडता लेखक आहे, हे वाचकांच्या ध्यानीमनीही येण्याचा संभव नसतो. फार दिवस आपल्यापासून दूर राहिलेला आपला मुलगा आता कसा दिसत असेल, त्याला काय आवडत असेल, तो कसा चालत बोलत असेल इत्यादी कल्पनातरंगांत रममाण होणाऱ्या मातेप्रमाणे, वाचकवृंदही प्रिय लेखकाविषयी कल्पना करीत असतात.

२. लेखक : शब्दसृष्टीचा ईश्वर

'मी त्यांच्यापाशी बोललेदेखील' ही गोष्ट अधिक आनंदाची बातमी म्हणून आपल्या सखीला सांगणाऱ्या रुक्मिणीप्रमाणेच वाचकाचीही आवडत्या लेखकाशी बोलायला सापडले तर स्थिती होत असते. कागद व शाई या पैशापासरी मिळणाऱ्या व शाळांतून दररोज पायदळी तुडविल्या जाणाऱ्या वस्तूंच्या साहाय्याने लोकांची अंत:करणे काबीज करणाऱ्या पोरांविषयी अशी भक्ती वाटणे अस्वाभाविक आहे असे नाही. शाईचे चार थेंब खर्च करून सर्व देशाचे रक्त उसळायला लावणे ही काही लहानसहान कर्तबगारी नाही. कल्पनांचे घोडे कागदावर नाचवून वाचकाला स्वर्गातील ऐरावतावर बसायला मिळाल्याइतका आनंद प्राप्त करून देणे ही काही सामान्य कौशल्याची गोष्ट नव्हे. पांढऱ्यावर काळे करून काळ्या जगाला शुभ्र करण्याचा प्रयत्न करणे यात अलौकिक जादू आहे खास! या शक्तीमुळेच लेखकांना

शब्दसृष्टीचे ईश्वर ही पदवी मिळते व त्यांच्या भजनी वाचक लागतात.

३. लेखकाची वस्तुस्थिती

पण या शब्दसृष्टीतल्या त्या ईश्वराची स्थिती खऱ्या ईश्वरापेक्षा बऱ्याच बाबतीत निराळी असते. भुकेवर रामबाण औषध सापडल्यामुळे असो अगर सृष्टी चालविण्याच्या लीलेत भूक-तहान विसरल्यामुळे असो, खरा ईश्वर नैवेद्य म्हणून ठेवलेला खोबऱ्याचा तुकडादेखील खात नाही. अगर दुधाच्या थेंबाला बोट लावीत नाही. शब्दसृष्टीच्या ईश्वरांना दोन्ही वेळा जेवावे लागते. ते जर या बाबतीत आळस करतील तर शब्दसृष्टी सोडून यमपुरीचा रस्ता सुधारावा लागेल. शब्दसृष्टीच्या ईश्वरापाशी कोश असून ते दरिद्री असतात, अलंकार लयलूट असून त्यांना गरिबीत राहावे लागते. नाटक-कादंबऱ्यांत शेवटी नायक-नायिकांची लग्ने होत असली, तरी जेवणावळी मुळीच होत नाहीत. कथेचा नायक राजा असला, तरी तो आपल्या जनकाला, म्हणजे कथालेखकाला एखादी चांगली नोकरी लावून देईल, अशीही आशा करण्याचे कारण नसते.

४. लेखक व प्रकाशक

सारांश, शब्दसृष्टी ही एक प्रकारे स्वप्नसृष्टी असते. स्वप्नाप्रमाणे शब्दांचादेखील मनुष्याच्या आयुष्यावर अनुकूल अगर प्रतिकूल परिणाम घडून येतो; पण हवेतल्या सुरक्षित किल्ल्यांचे गडकरी असलेले लेखक पृथ्वीवर उतरले की, त्यांचे हाल कुत्रादेखील खात नाही. डोक्यात गठ्ठेच्या गठ्ठे वागविणाऱ्या विद्वान लेखकापेक्षा डोक्यावरून लहानसे ओझे घेऊन जाणारा हमाल महाराष्ट्रात सध्या अधिक कमाई करतो असे म्हटले, तर अतिशयोक्ती खास होणार नाही. 'अरुण'च्या अंकात कै. नाथमाधव, डॉ. केतकर व रा. वा. गो. आपटे या तीन खंद्या लेखकांनी निव्वळ लेखनावर लेखकाचे पोट चांगल्या रीतीने भरणे शक्य नाही, असा अनुभवसिद्ध अभिप्राय दिला आहे. ऋषीच्या तपोवनात हरीण व व्याघ्र यांचे जन्मसिद्ध वैर जसे नाहीसे होते, त्याप्रमाणे पाश्चिमात्य देशांमध्ये लक्ष्मी व सरस्वती यांचे पिढीजात वाकडे नाहीसे झालेले दिसत आहे; पण काही हिंदू लोक मात्र पूर्वपरंपरेला अद्यापिही चिकटून राहिले आहेत!

४ सप्टेंबर, १९२८

१. यादी म्हणजे परिचय नाही

'विस्तारा'च्या मेच्या अंकात 'बंगाली वाङ्मयाचा परिचय' या नावाचा एक लेख आला आहे. लेखाच्या शेवटी वरील संक्षिप्त परिचयावरून वाचकांना बंगाली वाङ्मयाच्या सद्य:स्थितीचे थोडेबहुत तरी ज्ञान होईल अशी आशा लेखकाने व्यक्त केली आहे. ग्रंथ व ग्रंथकार यांच्या नामावलींनी थोडेदेखील ज्ञान होण्याची मारामार, तिथे बहुताच्या गोष्टी बोलायलाच नकोत! डायरीत दिलेली आगगाडीच्या स्टेशनांची नावे वाचून जर प्रवासाचे फायदे पदरात पडत असतील, फराळाच्या दुकानातील जिन्नसांची यादी वाचून जर बऱ्या-वाइटाची पारख होत असेल, अगर रागतालांची नावे पाठ केल्याने जर गाण्याचे शास्त्रीय ज्ञान होत असेल, तरच ग्रंथ व ग्रंथकार यांच्या नावाकरिता छापखान्यातील सर्व अवतरणचिन्हे उपयोगात आणणाऱ्या लेखाने एखाद्या वाङ्मयाच्या सद्य:स्थितीचे ज्ञान होऊ शकेल. वाचण्याची तसदी न घेता आपल्या लेखातून मोठमोठ्या ग्रंथकारांची नावे पेरायला सवकलेल्या लेखकाची मात्र असल्या जंत्रीवजा लेखाने फार सोय होण्यासारखी आहे.

२. संमेलने व भाषा प्रगती

सदरहू लेख एका लेखकाने 'सुधेच्या साहित्यसंमेलना'वरून लिहिलेला आहे. पण गेल्या साहित्य संमेलनाचे अध्यक्ष श्री. शि. म. परांजपे यांनी खुद्द मराठी भाषेविषयी जे भाषण केले, त्यात तरी हजेरीपटाप्रमाणे पुस्तकांच्या याद्या देण्यापलीकडे दुसरे काय केले आहे? अध्यक्ष हा सभापती असल्यामुळे व आमच्या सभा या आर्य लोकांच्या सभा असल्यामुळे त्या 'असे पति देवचि ललनांना' या ब्रीदाप्रमाणे वागतात हे स्वाभाविकच आहे. भाषणाच्या शेवटी श्री. परांजपे यांनी मंडळांचा वगैरे, जो परामर्श घेतला आहे, त्यात 'श्वास युवानं मघवानम्' अशी दावण बांधणाऱ्या पाणिनीवरही ताण केली आहे! बिचाऱ्या पाणिनीला ही खिचडी करणे व्यापकरणामुळे

भाग पडले; पण शिवरामपंतांनी 'समः सर्वेषु भूतेषु' या तत्त्वज्ञानाचा एकदम अंगीकार करून सर्व माला, मंडळे, स्त्रीलेखिका यांच्यावर पुष्पवृष्टी केली. न्यायाधीश खुशमस्कऱ्याचे काम करू लागल्यावर बोल तरी कुणाला लावायचा? साहित्यसंमेलनाचा अध्यक्ष अनुभविक सेनापती असून त्याने होतकरू सैनिकांना नवीन विजय मिळविण्याचा मार्ग दाखविला पाहिजे; पण आपण यजमान असून इतर साहित्यभक्त आपल्याकडे आलेले पाहुणे आहेत अशा वृत्तीने तोच वागू लागल्यावर संमेलनांनी भाषेची प्रगती व्हावी कशी?

३. वाङ्मय व विचारबीजांची प्रस्तुतता

उदाहरणार्थ, शिवरामपंतांनी 'बंधनाच्या पलीकडे' व 'विधवा कुमारी' या दोन कादंबऱ्यांचा आपल्या भाषणात गौरवपर उल्लेख केला आहे. या कादंबऱ्यांतील विचारसरणी शिवरामपंतांना मान्य आहे काय, अशा विचारांची बीजे वाङ्मयभूमीत दिवसेंदिवस अधिक पेरली जावीत, असे त्यांना खरोखरीच वाटते काय? वाटत असेल तर त्यांनी तसे करून, बोलून दाखवून होतकरू लेखकांना त्या मार्गाने जावयाला सांगणे आवश्यक आहे. नसेल, तर 'ती का नकोत' याची चर्चा होणेही अगत्य आहे. ग्वाल्हेरच्या संमेलनाच्या अध्यक्षांकडून अशा प्रकारच्या वाङ्मयचर्चेची कुणी अपेक्षाच केली नव्हती. वाङ्मयसागराच्या किनाऱ्यावर असल्यामुळे भरतीच्या दोन लाटांनी पाय भिजले – एवढाच ज्यांचा सागराशी संबंध, त्यांच्याकडून त्या सागराच्या तळाशी लोळत असलेली मोत्ये बाहेर काढली जातील, अशी आशा वेडासुद्धा करणार नाही.

४. गांभीर्यहीन भाषण

पण शिवरामपंतांची गोष्ट तशी नव्हती. त्यांची प्रतिभा प्रसंगविशेषी गरुडभरारी मारू शकते. वक्रोक्तीच्या अणकुचीदार भाल्याने ते प्रतिपक्षाला सळो की पळो करू सोडतात. वार्धक्यामुळे गीतारहस्याखेरीज अन्य पुस्तकाला ते शिवतही नसतील अशी जर कुणाला शंका येईल, तर तिचे निरसन 'प्रणयिनीचा मनोभंग' हा त्याचा लेखच करील. लग्नाच्या सोहळ्यात व पक्वान्नात वधूवरांच्या संस्कृत शपथांचे गांभीर्य कुठल्याकुठे लोपून जाते, त्याप्रमाणे संमेलनाच्या उत्सवात अध्यक्षाच्या असल्या भाषणाचीही स्थिती होते. त्यांच्या भाषणातील सयमक-निर्यमक कवितेचे विवेचन वगैरे मुद्दे आजही पंचहौद चहाप्रकरणांइतकेच शिळे झाले आहेत. काव्ये गेय झाली, नाटके एकांकप्रवेशाकडे झुकू लागली, कादंबऱ्या विधवेने कुंकू लावावे

की न लावावे, आईबापाच्या इच्छेविरुद्ध मुलाने एका वेश्याकन्येशी विवाह करावा की करू नये याचा विचार करू लागल्या, तरी शिवरामपंतांची आगगाडी अजून निर्यमकाच्या स्टेशनपाशीच घुटमळत आहे. नातू इंग्लंडहून विमानातून परत आला तरी आजोबा आगगाडीत बसावे की न बसावे, याचा विचार करीत बसले आहेत अशातलाच हा प्रकार.

५. तारतम्य

साहित्यसंमेलनाच्या अधिवेशनाला कानडी लोकांपासून काही अडथळा येईल की काय, अशी अनेकांना शंका वाटत होती. शिवरामपंतांनी या अडथळ्यांवर एक रामबाण उपाय आपल्या भाषणात आधीच योजून ठेवला होता असे दिसते. आपल्या मदतीला देवता याव्यात म्हणून 'यत्र नार्यस्तु पूज्यन्ते' हे वचन पाळून त्यांनी अनेक स्त्री-लेखिकांचा आपल्या भाषणात सादर उल्लेख केला होता. सामाजिक सुधारणेशी विरोधी टीकाकार म्हणून शिवरामपंतांचा कधी काळी संबंध आला असला तर असेल; पण त्यांच्यामध्ये हे स्त्रीदाक्षिण्य आहे याची भाषण वाचण्यापूर्वी आम्हाला मुळीच कल्पना नव्हती. बरं, उल्लेख करायचा तर तो सारासार विचार अगर निवड करून तरी करावा. 'हजीर तो वजीर' या न्यायाने अलीकडेच मासिकांत लेख आलेल्या स्त्रियांना उल्लेखाचा मान मिळाला व खऱ्या साहित्यसेवा करणाऱ्या कित्येक स्त्रियांचा नामनिर्देशदेखील झाला नाही.

६. स्त्री-दाक्षिण्याची लाट

ही स्त्री-दाक्षिण्याची लाट वाङ्मयक्षेत्रात सगळीकडेच पसरली आहे. उदाहरणार्थ, यशवंत मासिकाच्या महिला अंकात एका बी.ए. झालेल्या लेखिकेची एक कविता आली आहे. ती पाहावी. 'वाजिव तव मधु सारंगी, चित्ताला क्षणभर गुंगी' यातील 'गुंगी' याचा अर्थ 'गुंगीव' असा घ्यावयाचा. लेखिकेचे हे व्याकरण मान्य केले, तर 'रंगीव' याच्याऐवजी 'रंगी' यावयाची! कमी-जास्त मात्रांचा तर या कवयित्रीला विधिनिषेधच नाही. बेफिकीर वैद्य, निष्काळजी कम्पोझिटर्स या सर्वांवर मात्रांच्या बाबतीत तिने ताण केली आहे. कल्पनेचे सौंदर्य पाहायचे असेल, तर 'बड्या गृही देऊळ---' ही ओळ पाहावी. या ढेकूण-पिसवांच्या तड्याख्यात वाचकांना ठेवणे आमच्या जिवावर येते; पण आपल्या अंकातही त्यांचा प्रवेश होऊ न देण्याची खबरदारी सर्व संपादकांनीही घ्यावी म्हणून या कवितेचा उल्लेख करावा लागला.

७. काव्यगायन

कवी वेडे असतात ही गोष्ट कोंबडा पहाटे आरवतो या गोष्टीइतकीच सर्वांच्या परिचयाची आहे. आजपर्यंत त्यांना चंद्र, तारे, फुले, सुंदर स्त्रिया एवढ्यांचेच वेड होते. या वेडांच्या जातीत एका नवीन जातीची भर पडली आहे. ही जात म्हणजे, स्वत:च्या कविता गाऊन दाखविणे ही होय. यशवंत, गिरीश, मायदेव वगैरे कवींचे गायन लोकप्रिय झाल्यामुळे तर अनेक लांडोर कवींची त्रेधा उडालेली आहे. बेळगावच्या संमेलनात काव्यगायनाचा जो कार्यक्रम झाला, त्यात असलेच अनेक मासले लोकांच्या दृष्टीला पडले. रंगभूमीवरील तानांच्या वेटोळ्यांना कंटाळलेल्या श्रोत्यांच्या गळ्यात काही कवींनी तीच वेटोळी बांधली. एक कवी तर आपल्या कविता गाऊन दाखविणारे हस्तकही घेऊन आले होते. जेवणाचे आमंत्रण आलेल्या एखाद्या तापकऱ्याने बदली देण्याकरिता बरोबर एखादा खादाडखान घेऊन जाण्यातलाच हा प्रकार. हा बदली प्रकार चालू राहिला, तर उद्या 'उमाठ्यावरी येतसे सूर्य जेव्हा' या कवितेच्या कर्त्यानेही बालगंधर्वांना घेऊन यावे व ही कविता म्हणवून दाखवावी, असला अनवस्था प्रसंग यावयाचा!

८. राजकारणी प्रथम माणूस असतो म्हणून...

सांगलीच्या देवल क्लबच्या वार्षिकोत्सवाप्रसंगी श्री. न. चिं. केळकर यांचे भाषण झाले. 'राजकारण सोडून तुम्ही नाटके का लिहिता?' असा प्रश्न आपल्याला अनेकदा विचारला जातो, असे त्यांनी सांगितले. घड्याळ जसे चोवीस तास टिकटिक करीत राहते, त्याप्रमाणे राजकारणी लोकांनीही बहिष्कार, बिल वगैरेंच्या बकारातच गुंतून पडले पाहिजे अशी या पृच्छकांची समजूत दिसते. बिचारा कालिदास भाग्याचा म्हणूनच दीर्घायुषी झाला नाही व या लोकांच्या तडाक्यात सापडला नाही. नाहीतर शाकुंतल लिहिण्यात फुकट वेळ घालविण्यापेक्षा तरवार घेऊन हूण लोकांशी लढाई करण्याचा सल्ला या शहाण्यांनी त्याला दिला असता. प्राप्त परिस्थिती म्हणून मनुष्य राजकारणाशी कितीही तद्रूप झाला, तरी निर्मल बौद्धिक आनंद देण्याचे सामर्थ्य वाङ्मयाप्रमाणे राजकारणात असत नाही. हिंदुस्थान स्वतंत्र असता, तर टिळक 'ग्रंथकार' म्हणूनच 'लोकमान्य' झाले असते, ही गोष्ट या पृच्छकांच्या मनाला कधीच शिवलीही नसेल.

२ जुलै, १९२९

१. नीतिमार्तंड व बायकांचे बंड

'नाटकात बायकांची कामे बायकांनी करावीत की करू नयेत' या प्रश्नावर महाराष्ट्रात अद्यापि बरेच रण माजू शकते. या बाबतीत बायकांचे बंड नाटक-मंडळींत माजू लागेल, तर अनीतीचे राज्य माजेल असा आक्षेप घेणारा एक वर्ग आहे. नाटकात काम करण्याकरिता एखाद्या बाईने तोंडावर रंग लावणे, म्हणजे आपल्या तोंडास काळे फासण्यासारखे आहे असे म्हणण्यापर्यंत त्यांची मजल जाते. नाटकांतील राणी होऊन खोटी तरवार कंबरेला लटकविण्यापेक्षा हातात पोळपाट-लाटणे घेऊन आपले पोट भरणे हेच कुलीन स्त्रियांना उचित असे या नीतिमार्तंडांचे मत असते. पाच-पन्नास बायकांचा जन्म नाटकात गेला, तर समाज बुडेल म्हणून भिणाऱ्या लोकांचे अंत:करण हजारो बायकांच्या जन्माचे नाटक होत असताना मात्र निश्चल असते, ही गमतीची गोष्ट आहे. ज्यांच्या घशाखाली हत्ती उतरतो, त्यांना त्याचे शेपूट फार लठ्ठ असल्याची तक्रार केली, तर ती कुणाला खरी वाटेल?

२. वैषयिक पुरुष पारा व स्त्रिया

नाटकाचा धंदा मनोविकारांना उत्तेजक असा आहे ही गोष्ट खरी; पण तो करूनही पवित्र राहणारे पुरुष नाहीतच असे म्हणता येणार नाही. स्त्रिया या धंद्यात पडल्याबरोबर अनीती माजेल असे म्हणणे म्हणजे समाजाने आपल्या दुबळेपणाची साक्षच देणे आहे. शिक्षकीण, नर्स, डॉक्टरीण वगैरे धंद्यांमध्ये स्त्रियांचा पुरुषाशी हरघडी संबंध येतो. शहरांतील राहणी, स्त्रियांतील जागृती, द्रव्यदृष्ट्या स्वतंत्र होण्याची त्यांची इच्छा व हक्क लक्षात घेता तिजोरीतल्या पैशांप्रमाणे स्त्रिया यांच्यापुढे कडीकुलपात राहणे शक्य नाही. खाटकाचा धंदा करणारा मनुष्य मोक्षाचा मार्ग दाखविण्याइतका पवित्र होतो, अशी महाभारतात कथा आहे. पावित्र्य धंद्यावर नसून मनावर आहे हा त्या गोष्टीतील बोध नाटकाच्या धंद्यालाही आहे हा त्या

गोष्टीतील बोध नाटकाच्या धंद्यालाही लावायला काय हरकत आहे? फाटलेले आकाश ठिगळ लावून जसे दुरुस्त करता येत नाही, त्याप्रमाणे स्वार्थी, संकुचित ध्येय व पुरुषांची वैषयिक दृष्टी यांच्यामुळे समाजाच्या नीतिमत्तेचा पारा जो खाली गेला आहे, तो बायकांनी नाटकात कामे करू नयेत असे ठरविल्यावर वर चढणार नाही.

३. स्त्रीविषयक उदारतेची गरज

बापाच्या अर्ध्या वचनात राहणाऱ्या एका मुलाची अशी गोष्ट सांगतात की, 'हा खाऊ घे आणि ताईला नेऊन दे' असे बापाने सांगताच त्याने खाऊ घेतला व तो स्वत:च मटकावून टाकला. ताईला नेऊन दिला असता, तर बापाच्या अर्ध्या वचनात राहणारा अशी जी त्याची कीर्ती, तिला बट्टा लागला असता! बालगंधर्वांच्या नाट्यसंमेलनातल्या भाषणावर भार्गवरामी करिताना नाटककार वरेरकर यांनीही या आज्ञाधारक पुत्राचेच अनुकरण कले आहे! स्त्रियांची कामे नायकिणींनी करायला हरकत नाही हे सूत मिळताच, वरेरकरांनी स्त्रियांची कामे स्त्रियांनीच करावीत या तत्त्वाचा स्वर्ग गाठला. स्त्री-वर्गात नायकिणीचा समावेश होत असला तरी नायकिणीच्या वर्गात स्त्री-वर्गाचा होत नाही, ही गोष्ट त्यांना महत्त्वाची वाटली. बालगंधर्वांनी जे 'आपत्कर्म' म्हणून प्रतिपादिले, ते वरेरकरांनी 'मुख्य धर्मतत्त्व' म्हणून धरले.

४. खरे नाटक कोणते?

पण तीन तासांच्या नाटकांविरुद्ध बालगंधर्वांनी जो सरसकट शेरा मारला, त्याची या आनंदाच्या भरात वरेरकरांना आठवणही राहिली नसावी! 'मी इकडे गेलो; तू तिकडे गेलीस' अशाबद्दल इंग्रजी तीन तासांची नाटके असतात असे बालगंधर्वांनी सांगितले. त्यांनी शितावरून भाताची परीक्षा केली असेल; पण ती सर्वस्वी चूकही आहे, असे म्हणावे लागले. बालगंधर्वांचे एखादे सामान्य पद ऐकून त्यांच्या गाण्यांविषयी कोणी अभिप्राय दिला, तर योग्य ठरेल काय? थट्टाच करायची म्हटले तर तीन तासांच्या इंग्रजी नाटकांप्रमाणे सहा तासांतही न संपणाऱ्या मराठी नाटकांचीही करता येईल. या नाटकात तरी काय असते? तो प्रेम करतो; ती प्रेम करते; प्रेमाला अडथळा होतो; पण खोटे बोलूनही लक्ष जमवावे हा शास्त्रार्थ ध्यानात आणून, नाटककार पाचव्या अंकाच्या शेवटी कसेतरी तो व ती यांचे लग्न उरकून टाकतो.

९ जुलै, १९२९

१. मुरलीधर कवींना संधी

श्रीकृष्णाच्या मुरलीने गोपी व गायी मोहित होत होत्या असे पुराणांतरी वर्णन आहे. आधुनिक मराठी कवी द्वापारयुगी गोपी अगर गायी यांपैकी एका ना एका वर्गात असले पाहिजेत, असे त्याच्या मुरली प्रेमावरून दिसून येते. मुरलीवरील हा वणवा अपुरा वाटूनच की काय, बेळगावच्या एका गृहस्थांनी 'मुरलीकाव्यसंग्रह' काढण्याची कल्पना जाहीर केली आहे. वणव्यात तुपाचे डबे ओतणाऱ्या या गृहस्थांना कोणती पदवी द्यावी, हेच वाचकांना कळणार नाही. मुरलीवर कविता लिहून पाठविण्याविषयी त्यांनी सर्वांना जाहीर विनंती केली आहे. काट्याचा नायटा होतो म्हणतात त्याप्रमाणे, पुढे आपल्या मुरलीमुळे महाराष्ट्र शारदेच्या गळ्यात काव्यरूपाने शुष्क लाकडे येऊन पडणार आहेत अशी अंधूक कल्पना जर श्रीकृष्णाच्या मनाला शिवली असती, तर त्याने आपल्या मुरलीला यमुनेमध्ये तत्काळ जलसमाधी दिली असती!

२. रिकामा कवी...

वाइटाच्या पोटी चांगले येते असे म्हणतात, पण चांगल्याच्या पोटी वाईट आल्याचे उदाहरण ही मुरलीकाव्ये होत. 'रिकामा कवी, मुरलीला लेखण्या लावी' ही म्हण हा काव्यसंग्रह प्रसिद्ध झाल्यास महाराष्ट्रात नि:संशय रूढ होईल. या जाहीर विनंतीप्रमाणे मुरलीवर कविता करणाऱ्या कवींचा तांडा एखाद्या मोटारीतून प्रवासाला पाठवावा व वाटेत मोटार नादुरुस्त व्हावी! एकाही कवी-शार्दुलाला ती दुरुस्त करता येणार नाही. कवी जन्मावे लागतात. खुर्च्या, टेबले, मडकी, चटया यांच्याप्रमाणे ते करून होत नाहीत अशी आमची आजपर्यंतची समजूत होती; पण हे मुरलीवाले काव्यसंग्राहक आमची कल्पना खोटी पाडणार, असा रंग दिसतो.

३. कवी जन्मावा लागतो

तसेच पाहिले तर महाराष्ट्र, बंगालसारखा काव्यप्रधान प्रदेश नाही. असे असूनही, सध्याच्या युगाला आवश्यक असे शास्त्रीय ज्ञान संपादण्याकडे मात्र महाराष्ट्रीयांचा मुळीच कल नाही. प्रत्येक तरुण मनुष्य कवी होऊ इच्छितो व बहुधा 'मुरली', 'अरुण' इत्यादी सनातन विषयांवर स्वारी करतो. विमानातून आकाशात मैलभर वर जाण्याचे ज्ञान नसताही चांदण्यांशी संवाद करणे, वाघाच्या भयाने गर्द अरण्यात पाऊल टाकण्याची छाती नसताही तेथील विविध वृक्षांचे वर्णन करणे इत्यादी गोष्टी तिऱ्हाइताला हास्यास्पद वाटल्या, तरी काव्याची धुंदी चढलेल्या मुरलीवाल्या कवींना भूषणास्पदच वाटत असतील. या कवीचे बंड असेच वाढत गेले, तर पठाणापेक्षाही लोकांना यांची भीती जास्त वाटू लागेल.

३० जुलै, १९२९

१. अश्लीलतेचे तारतम्य

'मनोरंजना'च्या जुलैच्या अंकात श्री. ना. के. बेहेरे यांनी अश्लील वाङ्मयावर लेख लिहून आपली स्वातंत्र्यलालसा प्रकट केली आहे. 'बडे बडे लोक अश्लील कोट्या करतात; मग वाङ्मयात त्याच आल्या म्हणून आरडाओरडा करण्यात मतलब काय?' हा बेहेऱ्यांचा मोठा मुद्दा आहे. बड्या सर्वच लोकांनी वाचेने निर्मळ असावे ही गोष्ट इष्टच आहे; पण ते तसे नाहीत म्हणून सर्रास वाङ्मयच अश्लीलतेने गढूळ करणे हा कोणत्या मुलखातला न्याय? झोपेतून उठलेल्या मनुष्याच्या अंगावरील वस्त्र अस्ताव्यस्त असते म्हणून त्याच पोषाखात सभेतदेखील त्याने वावरायचे की काय? मुलाशी बोलताना बाप घरी बोबडे बोलतो एवढ्याच कारणासाठी त्याने सभेचा अध्यक्ष होऊनही त्याच मधुर बोलीत भाषण करावे असे म्हणणे म्हणजे व्यवहारशून्यतेचा कळस आहे.

२. अश्लीलता व सनातनता

'शरीरसंबंध', 'गर्भाधान' वगैरे शब्द समाजात सर्रास वापरले जातात. हे शब्द अश्लील नाहीत काय– हा बेहेऱ्यांचा दुसरा मुद्दा आहे. बिचाऱ्या बायाबापड्या बेहेऱ्यांप्रमाणे प्रोफेसर थोड्याच आहेत की प्रत्येक शब्दाची व्युत्पत्ती व समास या दृष्टीने त्यांना अर्थ करता येईल. धर्माप्रमाणे अश्लीलतेच्या बाबतीत सनातन नियम बांधणे सर्वथैव अशक्य आहे. पण गर्भाधान हा शब्द अशिक्षित समाजात पूर्णपणे प्रचलित असला, तरी सुशिक्षित समाजातून हद्दपार होत आहे हे बेहेऱ्यांच्या ध्यानात आलेले नाहीसे दिसते. शिवाय, अतिपरिचयाने कित्येक शब्दांची अश्लीलता मरून गेलेली असते. नव्या वाङ्मयाविषयी असा अतिपरिचय असणे कसे शक्य आहे, याचा बेहेरे विचार करतील काय?

१७ सप्टेंबर, १९२९

१. बाजारबुणगे लेखक

व्यवहारात परवानगीवाचून दुसऱ्याच्या घरात शिरणे हा गुन्हा मानला जातो; पण सरस्वतीमंदिरात टाक, शाई व वर्तमानपत्राचा वशिला या तीन गोष्टी असल्या की वाटेल त्यांना आत घुसता येते. शारदेच्या मंदिराला यामुळे एखाद्या धर्मशाळेचे स्वरूप प्राप्त झाले असले, तरी त्याची बाजारबुणग्या लेखकांना पर्वा नसते. 'मनोरंजना'च्या ऑगस्टच्या अंकात आरंभीच 'राजवाडा आणि तुरुंग' या मथळ्याखाली कविता असून त्यात कवी तुरुंगातील खानेसुमारी व वर्गीकरण करताना म्हणता–

"साऱ्या राजवटीतले कितीतरी रस्तेलुटारू खुनी।
पट्टीचे बदमाष आणि जबरी संभोगवाले कुणी।।"

या दोन ओळी कानांवर पडताच सरस्वती मूर्च्छित होऊन पडली असली पाहिजे व तिला सावध करताना स्वर्गातील स्मेलिंगसॉल्टचा सर्व साठा खलास झाला असला पाहिजे अशी कल्पना केली, तर ती अतिशयोक्ती ठरावयाची नाही.

२. जबरी संभोगवाल्यांची घुसखोरी

'जबरी संभोगवाल्या'सारखे रुक्ष, रसहीन, कर्णकटू व कवितेच्या कोमलपणाचा चुडा करणारे शब्द न्यायकोटीतून उचलून आणून सरस्वतीमंदिरात घुसडण्याचा प्रयत्न करण्यात सदरहू कवींचा उद्देश काय आहे, हे प्रतिभासंपन्न नसलेल्या वाचकांना कळणे अशक्य आहे. आज सुनीतात जबरी संभोगवाले घुसले, उद्या कविराज पीनलकोडावरच एखादे महाकाव्य लिहावयाचे! तेच तेच शब्द ऐकून सरस्वतीला कंटाळा आला असेल म्हणून हा नावीन्याचा उपक्रम कवींनी केला असेल, तर 'देवा, या अनन्यभक्तांपासून माझे रक्षण कर' असे म्हणण्यापलीकडे शारदेला दुसरा मार्गच उरला नाही. अब्दुल करीमखाँच्या जलशात मोहरमचा हैदोसहुल्ला घुसडणे अगर पुष्पशय्येत विंचू नेऊन सोडणे यांच्यासारखी वरील

शब्दयोजना आहे. जबरी संभोग करणारा तो जबरी संभोगवाला! या 'वाल्या'ने अर्थाची चांगलीच सोय करून ठेवली म्हणावयाचे! चोरी करणारा तो चोरीवाला, अभ्यास करणारा तो अभ्यासवाला! मराठी शब्दसंपत्तीत ही एका अर्थी भरच आहे. पण मोहरांऐवजी हंड्यांत खापऱ्या भरून ठेवून जगात कोण श्रीमंत झाला आहे?

१ ऑक्टोबर, १९२९

१. संयत स्तुती हवी

टॉलस्टॉयच्या एका कादंबरीचे 'शून्यजगत' या नावाने नुकतेच रूपांतर झाले आहे. या रूपांतराची अनेक नियतकालिकांतून मुक्त लेखणीने स्तुतीही झाली आहे. पहाट झाली की आरवायचे हे ज्याप्रमाणे कोंबड्याचे काम, त्याप्रमाणे कोणतेही नवे पुस्तक झाले की 'स्वागतम् सुस्वागतम्' हा मंत्र जपणे हे वर्तमानपत्राचे काम आहे, अशा समजुतीवरच सध्या अभिप्रायांची खैरात होत असल्यामुळे 'शून्य जगत्'च्या स्तुतिदुग्धाने भरलेल्या प्याल्यात पाणी किती व दूध किती हे ओळखून काढण्याचा प्रयत्न करण्यात फारसे हशील नाही. १९२९ साली प्रसिद्ध झालेल्या व चांगली या सदरात पडणाऱ्या या कादंबरीच्या भाषेचे अजब नमुने वाचकांची निःसंशय करमणूक करतील.

२. भाषांतराचे नमुने

'त्या अंतःकरणाच्या एकीकरणाचा संयोग' (पृ.५) दोन अंतःकरणे एक झाल्यानंतरही त्यांचा संयोग घडवून आणण्याच्या कुशलतेचे कौतुक कोण करणार नाही? 'अजूनही तिच्या सर्वांगाला सुटलेला कंप अंशतः चालूच होता (पृ.४४) हे वर्णन प्राकृत वाटल्यामुळेच की काय, 'तिचे हातपाय कंपायमान होत होते' अशी त्या वाक्याला लेखकांनी पुस्ती जोडली आहे.

३. पट्ट्याचे हात

शब्दांच्या कंदुकांना असले साधे टोले देऊनच लेखक थांबले नाहीत. त्यांनी मधूनमधून जोराच्या फटकाऱ्यांनी चेंडूला सीमोल्लंघन करावयाला लावले आहे. 'भिकाऱ्यांचे भैकार्य' हा प्रयोग या ओव्हरबाउंडरीचे उदाहरण आहे. पिंजऱ्याच्या

कामाला (पैंजार्य), वखारीतल्या मालाला 'वालार्य' असे शब्द यापुढे कोणी वापरल्यास त्याला फारसा दोष देण्याचे कारण नाही. लक्ष्मीच्या राज्यात कत्तल करणे स्वाभाविक आहे; पण गरीब बिचाऱ्या सरस्वतीच्या प्रांतात हे पद्म्याचे हात कशाला?

८ ऑक्टोबर, १९२९

✧

१. आत्मगुणवर्णनातील अतिशयोक्ती

प्रख्यात फ्रेंच कादंबरीकार ड्युमास हा खंदा लेखक होऊन गेला. त्याने कादंबऱ्यांचा कारखानाच काढला होता, असे म्हणायला हरकत नाही. हस्तेपरहस्ते मिळून त्याने २५० कादंबऱ्या लिहिल्या असाव्यात; पण राजापाशी आपल्या ग्रंथसंपत्तीविषयी बोलताना आपण १२०० कादंबऱ्या लिहिल्या आहेत असे सांगण्याचा मोह त्याला आवरला नाही तो नाहीच! तिखटमीठ लावल्याशिवाय जेवण काय अगर आत्मगुणवर्णन काय, मनुष्याला बेचव लागते हेच खरे!

२. शब्दशूर वाङ्मयभक्त

पण वाङ्मयाच्या महासागरातील या देवमाशाची ही प्रौढी थोडी तरी क्षम्य मानता येईल. सध्याच्या मराठी वाङ्मयात थिल्लरांत बसून अगस्तीप्रमाणे सागर प्राशन करण्याची वल्गना करणारे शब्दशूर काही थोडके नाहीत. परवाच एका वाङ्मयसंस्थेचा अहवाल वाचनात आला. त्यात दहा-पाच नावांपुढे 'वाङ्मयभक्त' ही पदवी जोडून आपल्या लेखनाने ते महाराष्ट्रात मशहूर झाल्याचे चिटणीस सांगतात. जन्माला येऊन एकदेखील लेख उच्चदर्जाच्या मासिकात आला नाही तरी हरकत नाही, आम्ही वाङ्मयभक्त व आम्ही महाराष्ट्रात मशहूर आहोत! बेडकाने पोट फुगवून बैल होण्याचा प्रयत्न आम्ही इसापनीतीत वाचला होता; पण झुरळाने हत्ती व्हावे, त्यातला या वाङ्मयभक्तांचा प्रकार आहे.

३. वा.भ.ची साथ

या वाङ्मयभक्तांपुढे ह.भ. व दे.भ. यांच्याप्रमाणे, वा.भ.चीही साथ महाराष्ट्रात पसरणार आहे असे दिसते. हे कोण तर वाङ्मयसम्राट! साहित्यनिर्मिती कोणती

म्हणून विचाराल, तर तालुक्याच्या गावी निघणाऱ्या एका वर्तमानपत्राला बातमीपत्रे देणे, ही होय! हे दुसरे कोण? सर्व महाराष्ट्राला परिचित असलेले साहित्याचार्य! साहित्यसेवेच्या सदरात मात्र एक अर्धवट प्रसिद्ध व दोन-तीन अप्रसिद्ध लेख आहेत. गंडे, ताईत, दोरे, औषधे वगैरेंच्या जाहिरातींनाही यापुढे स्वत:ला वाङ्मयसेवक म्हणून घ्यायला काय हरकत दिसत नाही.

२२ ऑक्टोबर, १९२९

पुस्तक-परिचय

गडकरी यांच्या आठवणी

महाराष्ट्रात राजकारणात टिळकांनी जेवढी लोकप्रियता संपादन केली, तेवढीच वाङ्मयक्षेत्रात गडकऱ्यांच्या पदरात पडली असे म्हटले असता अतिशयोक्ती होणार नाही. राजकारणी पुरुषाचे जीवन इंद्रधनुष्याप्रमाणे बहुरंगी असल्यामुळे त्याच्याविषयीच्या आठवणी विविध व विपुल असतात. पण, वाङ्मयसेवकाचे जीवित शुक्रताऱ्यासारखे असल्यामुळे प्रतिभेच्या उज्ज्वल मुग्धतेखेरीज त्यात चमत्कृतिजनक असे काही आढळण्याचा संभव नसतो. सेनापती व योगी, अगर विनोदाने बोलावयाचे, तर विमा कंपनीचा एजंट आणि शेतकरी यांच्या आयुष्यामध्ये जे अंतर असते, तेच नृपनीती व वाङ्मयप्रीती यांत असते. असे असताही गडकऱ्यांच्या आठवणीचे सुमारे १५० पृष्ठांचे एक पुस्तक प्रसिद्ध व्हावे व दुसरे प्रसिद्ध करण्याचे संकल्पोदक प्रकाशकांनी सोडावे हे गडकरी लोकमान्य वाङ्मयसेवक होऊन गेले, याचेच द्योतक आहे.

'गडकरी यांच्या आठवणी' या पुस्तकात १९ लोकांच्या आठवणी संकलित केल्या असून त्यांना चर्वितचर्वणवजा चरित्राची व गडकऱ्यांच्या अप्रकाशित व अपुऱ्या गर्वनिर्वाण नाटकातील दोन प्रवेशांची पुस्ती जोडली आहे. मुखपृष्ठावर 'गर्वनिर्वाण नाटक' असे छापले असल्यामुळे सबंध नाटक वाचावयाला मिळेल अशा आशेने बरेच लोक या पुस्तकाला आश्रय देतील; पण संपादक अधिकारी हे कवी असल्यामुळे त्यांनी संपूर्णाची कल्पना अपूर्णाने देण्याचा जो अलंकार योजला आहे, त्याची 'आठवण' पुस्तक विकत घेणाऱ्यांना जन्मभर राहील. या पुस्तकात दिलेल्या दोन्ही प्रवेशांचे गडकऱ्यांच्या लेखनकलेच्या विकासाच्या दृष्टीने फार महत्त्व आहे. विनोदी प्रवेश त्यांचा विनोद नारदमुनीप्रमाणे वाटेल त्या नाटकाच्या जगात प्रवेश करू शकते असे स्पष्ट दाखवितो. हिरण्यकश्यपुच्या वेळचे वाग्भट चरक विसाव्या शतकाच्या मांडीवर बसताच 'एकच प्याल्या'त डॉक्टर-वैद्य झाले आहेत. हाच विनोद जरूर लागल्यास त्यांनी ऐतिहासिक नाटकातही घातला असता! वाग्भटाला गागाभट्ट व चरखाला चरकखां केला की बस्स. नाट्यकथानकांतून विनोद

वेलीला लागणाऱ्या फुलांप्रमाणे उत्पन्न झाला पाहिजे; पण त्या गोष्टीकडे त्याचे दुर्लक्षच झाले आहे.

दुसरा गंभीर प्रवेश हिरण्यकश्यपु, कयाधु व प्रल्हाद यांचा आहे. हिरण्यकश्यपुचे पात्र रंगविताना गडकऱ्यांच्या डोळ्यांपुढे कीचक असावा असे वाटल्यावाचून राहत नाही. या प्रवेशातील भाषा कृत्रिम अनुप्रसांच्या बुरख्याने झाकून गेली नसल्यामुळे वनलतेप्रमाणे सहजमनोहर वाटते.

पण 'आठवणी'च्या या पुस्तकातील 'गर्वनिर्वाणा'चा प्रवेश प्रेक्षकांचा एक तास घेणाऱ्या संशयकल्लोळांतील जलशाप्रमाणे असल्यामुळे मुख्य विषयाकडे वळणे बरे.

आठवणी देणारे व साक्षीदार यांची तुलना करणे अनुचित होणार नाही. एकाची विधाने दुसऱ्याच्या वर्णनाशी विसंगत असणे, मुख्य मुद्द्यांऐवजी इतर पाल्हाळ करणे, स्मरणशक्तीतून हत्ती निसटून जाऊन मुंगी मात्र अडकून पडणे, इत्यादी न्यायसभेच्या गुजगोष्टी आठवणीच्या पुस्तकांतही आढळतात. शिवाय, आठवणी डोके खाजवून द्याव्या लागत असल्यामुळे त्या त्या डोक्यातील विचारांचा वास आठवणींना लागणे अपरिहार्य असते. वधूपरीक्षा नाटकातील खंडेरायाप्रमाणेही कित्येकांची या बाबतीत मनोरचना असते. महाराज माझ्याबरोबर दोन शब्द बोलले देखील म्हणून तो प्रौढी मिरवीत असतो. 'कोनरं त्यो हरामखोर उभा हाय ततं?' असे तो अभिमानाने उत्तर देतो! गडकऱ्यांच्या या आठवणींतही असाच थोडासा प्रकार झाला आहे. त्यांची ओळख असलेल्यांनीच आठवणी दिल्या आहेत ही गोष्ट खरी असली, तरी अनेकांच्या बाबतीत ती ओळख हृदयाची नसून तोंडचीच होती, असे स्पष्ट दिसते. पायओळखीच्या (नेहमी पायावर दृष्टी खिळवून राहिलेल्या भक्तांच्या) आठवणींप्रमाणे पाठओळखीच्या (ज्यांच्या पाठीला ओळख राहिली असे लोक नव्हे, तर ज्यांच्याकडे चरित्रनायकाने पाठ फिरवल्यामुळे ज्यांची ओळख तेवढ्यावरच आटोपली) आठवणींनाही ऊब येत असतो. हे सर्व प्रकार व उपप्रकार सदरहू पुस्तकांत आढळतात.

अत्रे, आठवले, गुर्जर, घाटे वगैरे अनेक लेखकांच्या आठवणी 'नवयुग', 'अरविंद' वगैरे मासिकांतून जशाच्या तशाच घेतल्या आहेत. लेखक व व्यक्ती या दोन्ही दृष्टींनी गडकऱ्यांवर जास्त प्रकाश पाडण्याचे कामी अत्रे, आठवले, मुजुमदार यांच्या आठवणी अत्यंत उपयुक्त आहेत. अनेकदा, एक आठवण म्हणजे, गडकऱ्यांची एक बरीवाईट लेखकाच्या लक्षात राहिलेली कोटी आहे असेच आढळून येते. या कोट्या देताना वरेरकरादि स्मृतिकारांनी सारासार विचारदेखील केला नाही असे कष्टाने म्हणावे लागते. जिभेला हाड नसल्यामुळे कोटिबाज माणूस खासगी भाषणात जे बोलून जातो ते छापून प्रसिद्ध करणे म्हणजे झोपेत मनुष्य अस्ताव्यस्त असतो म्हणून बैठकीतही त्याने तसेच पडण्यासारखे आहे. ग्रंथकर्त्याचे 'थोबाड' व जोडा

यांचा उपमेच्या दृष्टीने गडकऱ्यांनी संबंध जोडला असला, तरी त्या 'थोबाडा'तून खासगी रीतीने अशा गोष्टी बाहेर पडत असतात की, ज्यामुळे त्याचा व जोड्यांचा अन्य प्रकारचाही संबंध येऊ शकेल. देवदयेने विद्यमान असलेल्या कोल्हटकरांच्या 'वधुपरीक्षे'चे कर्तृत्व त्यांच्या मुलाच्या माथी मारण्याचा वरेरकरांचा उपद्व्यापही हास्यास्पद आहे. सारांश, १९ माणसांच्या या आठवणींना अठरा धान्यांच्या कडबोळ्याचे स्वरूप आले असून या अठरा धान्यांपैकी अनेक नि:सत्त्व आहेत. तथापि, प्रत्येकाच्या आठवणीत भिन्न-भिन्न रंगाचे दिसणारे गडकऱ्यांचे जीवन मुळात कसे होते, तात्यासाहेब कोल्हटकरांबद्दलच्या त्यांच्या भक्तीचा पारा एका क्षणी भूमध्यरेषेवरले (कमतनूरकरांची आठवण) तर दुसऱ्या क्षणी ध्रुवावरले (हडपांची आठवण) उष्णतामान का दाखवू लागे, लेखनाचा उत्कृष्टपणा ते कसा साधीत व त्या संबंधीच्या त्याच्या कल्पना काय होत्या, इत्यादी गोष्टी आठवणी चाळल्यास मार्मिक याचकांच्या पदरात पडतील. आठवणींच्या पुढील भागात 'गडकरी कोटिसंग्रहा'पेक्षा गडकऱ्यांचा स्वभाव व लेखन यांच्याकडेच अधिक लक्ष पुरवले जाईल, अशी आम्हाला आशा आहे.

२८ फेब्रुवारी, १९२८

✧

हिंदुपदपातशाही

पुण्याच्या विजय साहित्यमालेने बॅ. सावरकर यांच्या 'हिंदुपदपातशाही' या इंग्रजी ग्रंथाचा त्यांच्या डॉक्टर बंधूंनी केलेला अनुवाद आपले सहावे पुष्प म्हणून प्रसिद्ध केला आहे. मुख्य ग्रंथाचे अनुक्रमे १८२ व ६० पृष्ठांचे दोन भाग असून या मंदिराकडे जाणारा प्रस्तावनारूपी पदपथ श्री. म. वि. केतकर यांनी तयार केला आहे. ग्रंथद्वारांत भूमिकेची विस्तृत कमानही वाचकाचे स्वागत करते. पुस्तकांची आकर्षकता ऐतिहासिक पुरुषांच्या विपुल चित्रांनी अधिकच वाढली आहे. कोणत्याही राष्ट्राचा इतिहास त्याच राष्ट्रातील लोकांनी लिहिला पाहिजे. पर्वताच्या बाबतीत अनुभवाला येणारी दूरत्वाची मोहिनी (Distance lends enchantment to the view) इतिहालशैलाच्या बाबतीत विफल ठरते. खऱ्या इतिहासकाराला राष्ट्राच्या आत्म्याशी एकरूप व्हावे लागते. पुत्राचे हृदय त्याचे कपडे बेतणाऱ्या शिंप्याला कळणे जितके शक्य, तितकेच एखाद्या राष्ट्राचा इतिहास परकीय लेखकाला लिहिणे शक्य! तिथे माता व राष्ट्रीय हृदय यांचेच काम असते. मोलाने हसणे काय अगर रडणे काय– दोन्ही हास्यास्पदच ठरतात.

सावरकरांचा हा अभिमानाने रसरसणारा मावळलेल्या स्वराज्यसूर्याच्या तेजाने तळपणारा, महाराष्ट्राच्या इतिहासाचे मंथन करून, त्यातील बहुमोल रत्नांची माळ गुंफणारा ग्रंथ वाचून प्रामुख्याने दोन ऐतिहासिक ग्रंथांची आठवण होते. पहिला न्या. रानडे यांचा 'Rise of Maratha Power' व दुसरा केळकरांचा 'मराठे व इंग्रज'. न्यायमूर्तींनी मराठी सत्तेचा उदय म्हणजे अरण्यातील वणवा नसून मारुतीने लंकेला अगर श्रीकृष्णाने खांडववनाला लावलेली आग होती हे जसे सिद्ध केले आहे, त्याप्रमाणे सावरकरांनीही तोरण्यापासून खर्ड्यापर्यंतच्या सर्व लढायांचा व विजयापजयांचा परामर्श घेऊन 'मराठ्यांचे दिव्य ध्येय म्हणजे हिंदू जातीची परकीय अहिंदुआधिपत्याच्या राजकीय आणि धार्मिक शृंखलांपासून मुक्तता करणे आणि परकीय आक्रमणाचे व धर्मवेडाने उत्पन्न झालेल्या अभिनिवेशाचे प्रयत्न निष्फळ करण्यासाठी, ज्याचा हिंदू

संस्कृतीला आणि हिंदुधर्माला सामर्थ्याच्या अभेद्य गडाप्रमाणे आणि एखाद्या प्रचंड कोटाप्रमाणे उपयोग होईल असे बलिष्ठ हिंदुसाम्राज्य स्थापन करणे हे होते.' असा निष्कर्ष काढला आहे. एका सूर्याभोवती फिरणाऱ्या अनेक ग्रहांप्रमाणे या ध्येयाभोवती मराठ्यांचे मुत्सद्दीपण, मराठ्यांचे मर्द मनगट, मराठ्यांची महत्तम महत्त्वाकांक्षा ही सर्व फिरत होती. व्यक्तिविषयक स्वार्थाचे धूमकेतू मधून-मधून केव्हातरी उपस्थित होत नाहीत असे नाही; पण या ग्रहांना निस्तेज करण्याइतके वर्चस्व त्यांना सहसा लाभले नाही. जिंजीची झुंज व पानिपतोत्तर पराक्रम ही दृश्ये स्वातंत्र्याचे व देशभक्तीचे वेड लागलेल्या समाजातच दिसणे शक्य असते. हा सर्व पूर्वभाग सावरकरांच्या भावनोत्कट लेखणीने आकर्षक व स्फूर्तिदायक असा वठविला आहे. तेच कथन, तेच प्रचंड, तोच क्रम; पण उदयरविबिंब धारण करणाऱ्या पूर्वेप्रमाणे त्यात सामान्यत: न आढळणारे दिव्यत्व त्यांच्या इतिहासाचे समालोचनात आहे. उदाहरणादाखल म्हणून पृ. २२-२३वरील हिंदवी स्वराज्यविषयक भागाचा उल्लेख करता येईल.

मराठे व इंग्रज या पुस्तकाप्रमाणेच या पुस्तकाचीही रचना आहे. पूर्वार्धात कथाकथन व उत्तरार्धात तात्त्विक विवेचन. तात्त्विक विवेचनापैकी 'प्राचीन-अर्वाचीन इतिहासाच्या अनुरोधाने निरीक्षण' व 'साधने', 'मराठ्यांची युद्धपद्धती' ही प्रकरणे चांगली उतरली आहेत. तथापि, केळकरांचे विवेचन न्यायाधीशासारखे व सावरकरांचे वकिलासारखे न्याय्य पक्षाच्या वकिलासारखे का होईना, वाटते.

मागच्याला ठेच पुढचा शहाणा हा जसा इतिहासापासून होणारा एक लाभ त्याप्रमाणे मागच्यांच्या उज्ज्वल देशभक्ती-दीपिकेवर आपली मनोरूपी ज्योती प्रज्वलित करणे, हाही एक लाभ आहे. हा दुसऱ्या प्रकारचा लाभ सावरकरांच्या पुस्तकापासून खास होईल यात शंका नाही. त्यांनी भक्तिपूर्ण भावनेने रंगविलेले महाराष्ट्राचे रम्योज्ज्वल चित्र प्रत्येक महाराष्ट्रीयाला प्रेरक होईल. इतिहास म्हणजे शुद्ध काव्य नसले, तरी निर्भेळ गणितशास्त्रही नव्हे.

प्रतिशोध (सूड), सरतेपदी (सरतेशेवटी) शेवटी शेवटी शेवट हा शब्द आपला असला, तरी वगैरे नवे शब्द, लांबट व अतएव क्लिष्ट वाक्ये वगैरे गोष्टींची हे पुस्तक वाचताना वाचकवर्ग फारशी भीती बाळगणार नाही. अमृताच्या लाभाकरिता देवाने इतर रत्नांना (?) तोंड दिले होतेच की नाही?

मूल्य २ रु. प्रकाशक अ. स. गोखले, १७, नारायण पेठ, पुणे.

सुख-स्वप्ने

पाच सामाजिक कथांचा संग्रह साताराचे श्री. वा. ना. देशपांडे, बी. ए. एलएल. बी. यांच्या प्रसिद्ध मराठी मासिकांतून प्रकाशित झालेल्या कथांचा असून, तो सुप्रसिद्ध गणेश महादेव कंपनीने प्रसिद्ध केला आहे. हरिभाऊ आपट्यांचे समतोल व मार्मिक टीकाकार आणि ध्येयवादी कथालेखक या दोन नात्यांनी श्रीयुत देशपांडे महाराष्ट्र वाचकवर्गाला परिचित व प्रिय झालेले आहेत. परिचयविषयक सदरहू पुस्तकातही देशाच्या सामाजिक व राजकीय सुधारणेविषयीची त्यांची तळमळ, स्त्रीजातीच्या उन्नतीविषयी त्यांना वाटणारी आस्था, समाजाच्या सर्वांगीण सुसंस्कृतीविषयी असलेली सहानुभूती ही सर्व स्पष्टपणे प्रतिबिंबित झाली आहेत.

हरिभाऊ आपट्यांनी आपल्या कथांना 'आजकालच्या गोष्टी' असे नाव दिले आहे. वाग्भटांच्या या कथांना 'उद्या-परवाच्या गोष्टी' असे नाव सार्थपणे देता येईल. जे आहे, त्याचे चित्र या कथांतून लेखकाने रंगविले नाही असे नाही आणि त्याबरोबरच जे होईल, विशेषत: व्हावे असे लेखकाला वाटते, ते चित्रही त्याने काढण्याचा प्रयत्न केला आहे. अशा रीतीने वर्तमान व भविष्य यांचे एक प्रकारचे सुंदर मिश्रण या गोष्टींत झाले आहे. संग्रहाला 'सुख-स्वप्ने' हे नाव देण्यात लेखकालाही आजच्या समाजात या गोष्टी आढळणार नाहीत, असे थोडेफार वाटत असले पाहिजे. पण, 'मनी वसे ते स्वप्नी दिसे' या न्यायाने समाजाच्या कृतींत जरी या कथा प्रत्यक्ष दिसल्या नाहीत, तरी त्या त्याच्या मनात नित्य पोळणाऱ्या गोष्टी आहेत, असे नि:संशय म्हणता येईल.

'यशोदेवता' व 'खरीच यशोदेवता' या दोन गोष्टी एकमेकींच्या पूरक आहेत. त्यांतील नायिका लीला ही जगन्नाथासारख्या वैभवशाली; पण स्थिर मनोवृत्तीच्या पुरुषाच्या मागणीचा अव्हेर करते, व बुद्धिवान; पण चंचल वसंताची सहचारिणी होऊन त्याला कर्तृत्ववान बनविते. पत्नी ही केवळ पुरुषांची शोभा, त्यांच्या गृहमंदिरातील देवी अगर त्याची सुखवृद्धी करणारी, मुकी मैत्रीण नसून संसाराच्या

समरांगणांत त्याच्याशी सहकार्य करणारी व मार्ग दाखविणारी देवता आहे, असा या दोन्ही गोष्टींचा निष्कर्ष आहे. लीलेने वसंताशी लग्न लाविले ते स्त्रीच्या जन्माचे सार्थक चंचल पुरुषाला प्रेमरज्जूंनी बांधून कर्तव्यतत्पर करण्यात आले, अशा कल्पनेनेच केले; पण केवळ स्त्रीजातीच्या कर्तव्याकडे लक्ष देऊन चंचल पुरुषांशी आपली जन्माची गाठ बांधून घेणारी अशी स्त्री समाजात केव्हाही विरळाच सापडणार! त्यामुळे, वसंताला वरण्याची लीलेने दिलेली कारणे बायकांना पूर्णपणे पटतील, असे वाटत नाही. तथापि, लग्न झालेल्या स्त्रियांनी 'मुकी बिचारी कुणी हाका' अशी मेंढरे व्हावयाचे नसून आपल्या बुद्धीचा, भावनेचा व प्रेमाचा उपयोग पतीला अधिक कर्तव्यतत्पर करण्यातच केला पाहिजे, ही या गोष्टीची शिकवण सध्याच्या काळी अत्यंत आवश्यक आहे. समाजाला जर सुस्थितीत यावयाला पाहिजे असेल, तर दारूबाज नवऱ्याच्या तारेतील बडबडण्यासाठी जन्मदारिद्र्याची शपथ घेणाऱ्या सिंधुपेक्षा अशी लीलाच त्याला अधिक उपयोगी पडतील.

'शील्ड मॅच' ही गोष्ट फार चटकदार वठली आहे. प्रेम आणि खेळ हे तरुणांचे नेहमीच आवडते विषय असतात. त्या दोन्हींचे हृदयंगम मिश्रण या कथेत वाचकांना आढळून येईल – जिच्यावर आपले प्रेम आहे अशा मुलीसाठी उत्कृष्ट खेळाडूला क्षणभर पडलेला मोह व मनोनिग्रहपूर्वक त्याने त्यातून करून घेतलेली सुटका यांच्यामुळे ही गोष्ट अखेरपर्यंत चांगली रंगली आहे. उरलेल्या दोन गोष्टींत 'आईचा आशीर्वाद' ही एका सुविद्य, सुशील व सुसंस्कृत तरुणाने आपली पत्नी तिच्या हृदयाचे गुण पाहूनच कशी निवडली, हे दाखविते. 'होम मेंबर' झाल्यामुळे 'होमरूल' सोडून जाणारी राष्ट्रीय बाण्याची पत्नी नवऱ्याने अधिकार ग्रहण करून केवढे राष्ट्रकार्य केले हे पाहिल्याबरोबर पुन्हा होममेंबर होते, हे चित्र रेखाटले आहे.

या सर्व गोष्टींत चटकदारपणाच्या दृष्टीने 'शील्ड मॅच' या आणि स्वभावरेखन व ध्येयवाद या दृष्टीने 'आईचा आशीर्वाद' या गोष्टीचा पहिला नंबर लागेल. आईच्या आशीर्वादात काही ठिकाणचे संवाद व विवाद लांबट झाले असले, तरी समाजाविषयीच्या सहानुभूतीने तळमळणाऱ्या जिवंत अंतःकरणाचा जिव्हाळा त्यात प्रचित होतो. बाळासाहेबांना आलेल्या दोन अनुभवांची चित्रे व त्यांतील विरोध हे भाग लेखकाने फार कौशल्याने रंगविले आहेत. उरलेल्या तिन्ही गोष्टींत कलाविकासापेक्षा राजकारण व इष्टध्येय यांच्या चर्चेकडेच लेखकाने जास्त लक्ष दिले असल्यामुळे त्यांची आकर्षक शक्ती बरीच कमी झालेली आहे. ध्येयप्रधान गोष्टींना नेहमी शर्करावगुंठित क्विनाइनच्या गोळ्यांची उपमा देण्यात येते; पण त्या गोळ्यांप्रमाणेच गोष्टी वाचकांच्या गळी एकदम उतरणे शक्य नसल्यामुळे वाचकांना त्या थोड्याफार रुक्ष वाटल्यावाचून राहणार नाहीत. याचा अर्थ ध्येयप्रधान गोष्टी कोणी लिहू नये असा नव्हे; पण ते ध्येय

पाण्यात विरघळून जाणाऱ्या साखरेप्रमाणे कथानकाशी एकजीव झाले पाहिजे. 'यशोदेवते'तील जगन्नाथराव व वे 'होम मेंबर'मधील तात्यासाहेब यांनी अधिकाराच्या जागी राहूनही सरकारविरुद्ध जे तडफदार वर्तन केले ते थोडेफार खरे वाटते; पण त्यांच्या सर्व सुधारणा सरकारने बिनशर्त मान्य केल्या, ही गोष्ट मात्र सद्य:स्थितीत लोकांना पटणे शक्य नाही.

वर्णनशैली, भाषा, सुसंस्कृत वातावरण इत्यादी सर्व बाबतींत वाग्भट हरिभाऊ आपट्यांची परंपरा थोड्याफार फरकाने चालवीत आहेत असे म्हटले म्हणजे, त्याविषयी अधिक काही लिहिण्याची जरुरी नाही. 'बायकांनी शिकून काय होणार?' असा प्रश्न करणाऱ्या श्रीमती कमलाबाई देशपांडे सरदहू पुस्तकाला प्रस्तावना लिहिण्याइतक्या सुशिक्षित झाल्या हे लक्षात घेतले म्हणजे, ही 'सुख-स्वप्ने' खरी ठरतील असे वाटू लागते. स्वप्नानंतर जागृती हा सृष्टीचा क्रम आहे. समाजाला पडलेल्या या 'सुख-स्वप्नां'नी त्यालाही मंगला जागृती प्राप्त होवो, एवढीच वाग्भटाप्रमाणे आमची इच्छा आहे.

(प्रकाशक - गणेश महादेव आणि कंपनी, ६०८ सदाशिव, पुणे.)

ऐतिहासिक पोवाडे

शंभर पृष्ठांची प्रस्तावना व पाचशे पृष्ठांत समाविष्ट केलेले सुमारे पन्नास पोवाडे असा हा सुंदर ग्रंथ पाहून मराठी भाषेच्या अभिमान्याला आनंद झाल्यावाचून राहणार नाही. टपोऱ्या मोत्यांची माळ पाहून आनंदित होणाऱ्या प्रेक्षकाला ती मोत्ये मिळविण्यासाठी पाणबुड्याला किती परिश्रम करावे लागले असतील याची कल्पना येणे जसे शक्य नाही, त्याप्रमाणे पराक्रमी पूर्वजांच्या प्रतापावर प्रकाश पाडणाऱ्या या पुस्तकाची रचना करीत असताना संग्राहक श्री. य. न. केळकर यांना जिवाचा केवढा आटापिटा करावा लागला असेल, याची कल्पनाही सामान्य वाचकांना येणार नाही. परिश्रमांत मुळीच न्यून राहू द्यावयाचे नाही, या बाण्याने त्यांनी आपले काम केले आहे; व त्यामुळे पुतळ्याच्या मस्तकावरील केसांचा कुरळेपणादेखील बारीक रीतीने घडविणाऱ्या शिल्पकाराप्रमाणे त्यांची कामगिरी कौतुकास्पद झाली आहे. मधाचे पोळे कुणीकडूनही पाहिले अगर आतला कुठलाही थेंब जिभेवर टाकला, तरी मधुमक्षिकेच्या उद्योगतत्परतेचीच जशी प्रामुख्याने आठवण होते, त्याप्रमाणेच या पुस्तकाचे कोणतेही पान उघडले तरी श्री. य. न. केळकर यांच्या अविरत उद्योगाचेच प्रत्यंतर पटते.

विद्यार्थ्यांना ज्ञानदायक, रसिकांना आनंददायक व सर्वसामान्य जनतेला स्फूर्तिदायक असेच या पुस्तकातील साहित्य आहे. परंतु संग्राहकांनी म्हटल्याप्रमाणे, तो मराठ्यांचा काव्यमय इतिहास आहे असे मात्र म्हणता येत नाही. पोवाड्यात काव्य व इतिहास दोन्ही असतात. तसेच पाहू गेले तर अंतरिक्षात भराऱ्या मारणारे काव्य व पृथ्वीला चिकटून राहणारा इतिहास ही परस्परांस पोषक अशा रीतीने मांडीला मांडी लावून क्वचितच बसू शकतात. शैवांची शिवभक्ती आडवे सारवणे अगर आडवे गंध लावणे इथपर्यंत जशी पोहोचू शकते, त्याप्रमाणे श्री. केळकरांची पोवाडेभक्तीही 'पोवाड्यांत सर्व काही आहे' असे म्हणण्यापर्यंत पोहोचली आहे. त्यांच्या प्रस्तावनेतील अनेक स्थळे यादृष्टीने वादार्ह आहेत. संग्राहकांनी पोवाड्यांचे सुंदर पायटिपा देऊन संपादन करण्यात जेवढी रसिकता दाखविली आहे, तेवढी मार्मिकता पोवाड्यांच्या

गुणावगुणांचे विवेचन करताना दाखविलेली नाही, असा आक्षेप रा. केळकरांच्या प्रतिपादनावर येऊ शकेल; पण 'एकोहि दोषो गुणसन्निपाते निमज्जतीन्दोः किरणेष्वियांक:' हे लक्षात घेता रा. केळकरांचे पुस्तक परिपूर्ण झाले, हे प्रत्येकाला कबूल करावे लागेल.

वासंती

काव्य म्हणजे सौंदर्य, काव्य म्हणजे गाणे, काव्य म्हणजे भावना असे जगातील रसिक काव्याचे वर्णन करीत असतात. पण मराठी सातही क्रमिक पुस्तके पढून या वर्णनाचा अनुभव महाराष्ट्रातल्या बाळगोपाळांना येत नाही. काव्य म्हणजे अवघड शब्दांच्या आगगाड्या, काव्य म्हणजे रडगाणे, काव्य म्हणजे भावनाशून्य पांडित्य, उपदेश अशीच सात मराठी पुस्तके शिकून मुलांची समजूत होत असावी. 'दसरा सण मोठा। नाही आनंदा तोटा' असल्या रुक्ष शब्दांनी सोने लुटण्याचा सुंदर प्रसंग त्यांना साजरा करावा लागतो! प्रात:काळच्या सौंदर्याची कल्पना 'उठे तप्त हा की जणू लोहगोळा' या चरणाने त्यांना काय होईल ती. 'उघडि नयन रम्य उषा हसत हसत आली' या मधुर चरणांची बिचाऱ्यांना कधी ओळख होण्याचाही संभव नाही. लहान मुलांना आवडतील अगर त्यांच्या सुप्त व उदात्त भावना जागृत करतील, अशा कविता प्रचलित क्रमिक पुस्तकांतून हाताच्या बोटांवर मोजण्या इतक्यादेखील मिळत नाहीत.

राजकीय बाबतीत नोकरशाही व सामाजिक बाबतीत रूढिशाही देशाच्या प्रगतीला ज्याप्रमाणे आड येतात, त्याप्रमाणेच वाङ्मयात या जीर्ण पद्यशाहीनेही सुधारणेच्या वाटा बंद केल्या आहेत. ही कोंडी फोडणे अतिशय आवश्यक होते व 'वासंती' या पुस्तकात श्री. वि. स. सुखटणकर यांनी तसा प्रयत्न केला आहे.

या सुंदर बालकाव्य संग्रहातील 'श्रीमहाराष्ट्रगीत' महाराष्ट्रीय मुलांच्या मनात स्वदेशाभिमानाचे बीज पेरील; 'केवढे क्रौर्य' पशुपक्ष्यांविषयी दया जागृत करील 'यापुढे' मागील उज्ज्वल स्वातंत्र्याची सध्याच्या भयाण पारतंत्र्याशी तुलना करून सध्याच्या दु:स्थितीची जाणीव करून देईल. 'आमची मायबोली' मातृभाषेविषयीची अभिमानज्योती प्रज्वलित करील. 'मर्दाची छाती'– आधुनिक काळातही कसा वाव आहे हे शिकवील. 'अर्धी भाकर दर एकाला, नंतर श्रीमंत पोळी' हा आनंद कवीचा संदेश आर्थिक विषमतेविरुद्ध मोहीम करण्याची सदिच्छा अंत:करणात निर्माण

करील. 'यापुढे न भगवा झेंडा कोठेही नाचायाचा?' माधवांची हृदयभेदक वाणी अंत:करणाला पीळ पाडून स्वत:च्या रक्ताने नवा भगवा झेंडा निर्माण करण्याची महत्त्वाकांक्षा स्फुरवील. कोमल व उदात्त भावना, नादमधुर चाली व रचना, वीर, करुण व वत्सल या रसांचा परिपाक इत्यादी गुणसमुदायामुळे हा काव्यसंग्रह मुलांना जितका आनंददायक तितकाच शीलसंवर्धक होईल, यात शंका नाही.

एकाला आवडते तेच दुसऱ्याला नावडते, हा नित्याचा अनुभव असल्यामुळे या काव्यसंग्रहातील निवडीबद्दल मतभेद होणे स्वाभाविक आहे. तांबे व मायदेव यांची शिशुगीते, आणखी काही सामाजिक व ऐतिहासिक कवने, विषयाइतकेच समाज टीकेकडे लक्ष देऊन कविता निवडण्याची प्रवृत्ती इत्यादी गोष्टींचा 'वासंती'त समावेश झाला असता, तर ते इष्टच होते. पण, फर्नाद आंबा चोखून खाता येत नाही म्हणून त्याची गोडी कुणी कमी मानली आहे काय? छपाई मुखपृष्ठ, आतील चित्रे व प्रस्तावना ही सर्वच सुंदर आहेत. महाराष्ट्रीय बायकांच्या आयुष्यातील वसंतकाळात ही वासंती त्यांना उत्तम सोबत करील.

(पु. अ. कोलवाळकर, पार्वती बिल्डिंग, मिसेस स्ट्रीट, मुंबई २)

१० जुलै, १९२८

(१) शशिमोहन

इतिहास पुराणातील रम्य व वीररसपूर्ण प्रसंगावर काव्ये लिहिण्याकडे कवींचा बहुधा ओढा असतो. वर्तमानकालीन शौर्य अतिपरिचयामुळेच की काय, त्यांच्या डोळ्यांत फारसे भरत नाही. 'शशिमोहन' हे श्री. या. मु. पाठक यांनी लिहिलेले काव्य मात्र या नियमाला अपवाद आहे. बंगल्यांत शशिमोहन दे याने एका मुसलमान कामुकाच्या तडाक्यातून एका विवाहित तरुणीला मोठ्या निधड्या छातीने सोडविल्याची हकिगत वाचकांना ठाऊक असेलच. सदरहू 'खंडकाव्य' शशिमोहनाच्या याच शौर्यावर लिहिलेले आहे.

अत्याचारी पाप्याचा हात मोडून टाकण्याकरिता ज्याचे मनगट पुढे सरसावते तोच खरा तरुण, ही व्याख्या आजच्या हिंदी तरुणांना पटणार नाही. आग लागली तर बंब बोलवायला जाणे, कुणी मुस्कटात मारली तर त्याला पिनलकोडाचे कलम दाखविणे, स्त्रीजातीची कुणी विटंबना केली तर त्याच्या नावाने बोटे मोडत घरी बसणे, यांपलीकडे तरुणांची सहसा मजल जात नाही.

शशिमोहनाचे चरित्र हे अशा स्थितीत अवसेच्या काळोखात चमकणाऱ्या विजेप्रमाणे वाटते. अकारण अन्याय सहन करण्याचा नामर्दपणा देशात दिवसेंदिवस बळावत चालला आहे. अशा वेळी स्त्रीच्या केसाला जो धक्का लावील, त्याची गर्दन जिथल्या तिथे छाटली जाईल, पावित्र्याला आपल्या काळ्याकुट्ट हातांनी स्पर्श करण्याचा जो प्रयत्न करील, त्याला आपल्या रक्ताने तो डाग धुऊन काढावा लागेल, असे कृतीने बजविणाऱ्या वीर तरुणाचे चरित्र कुणाला कौतुकास्पद वाटणार नाही?

श्री. पाठक यांनी हजार ओळींचे हे काव्य परिश्रमपूर्वक लिहिले आहे, यात शंका नाही. गौरीपुढील आराशीप्रमाणे शब्दयोजना आकर्षक करण्याचे बाबतीत कवींनी आपली पराकाष्ठा केली आहे. साध्या ढंगापेक्षा संध्यारंगाने खुललेले मेघ सुंदर दिसतात व आपल्याकडे रसिकांची दृष्टी वेधून घेतात. श्री. पाठक यांनीही

कविताकन्येचे रसिकांना दान करताना तिच्या अंगावर शक्य तितके अलंकार घातले आहेत.

या व यांसारख्या इतर गुणांमुळे काव्य वाचनीय झाले आहे यात शंका नाही; पण शरद ऋतूतील मेघ पांढरेशुभ्र दिसले तरी जसे निर्जल असतात, त्याप्रमाणे घोटीव भाषा, परिचित कल्पनाकलिकांचा विकास इत्यादी गुणांनी नटलेले हे काव्यही वाचून संपल्यावर फिक्केच वाटते. कथासूत्र फार तोकडे असल्यामुळे विविध प्रसंग, स्वभावरेखन वगैरे कथाकाव्याला चटकदार करणाऱ्या वस्तू यांत अभाव स्वरूपातच आढळतात. आकाशात तारकांचा पसारा दिसावा; परंतु चंद्राचे मात्र दर्शन होऊ नये असे झाले म्हणजे जास्त ओकेओकेपणा वाटतो तसाच या काव्याच्या कल्पनांनाही जाणवेल. नायिका पवित्रा हिला पडलेले स्वप्न वर्णन करताना कवीने कौशल्य दाखविले आहे यात संशय नाही; पण नुसत्या साखरेचा भात केला तर तो साखरभात म्हणून जसा खाववत नाही, त्याप्रमाणे वर्णनाच्या विस्ताराने कथा झाकून टाकणारे काव्यही आकर्षक होत नाही.

परिचित कल्पनांवर थोडीशी कलाकुसर करून त्या पदोपदी कवीने पेरल्या आहेत. या कल्पनांमुळे काव्याचे सौंदर्य वृद्धिंगत झाले असले, तरी अनेक कल्पनांना कृत्रिमतेचा वास येतो. स्वाभाविक केशकलाप व कृत्रिम केशकलाप यांतील अंतर ओळखणे प्रेक्षकाला कठीण जात नाही. कल्पनांचेही तसेच आहे. कामुक मुसलमानाने धाडलेले दागिने नायिका पवित्रा परत करते. या तिच्या कृत्याची शिवाजीची भेट नाकारणाऱ्या तुकारामाच्या वैराग्याशी तुलना केली आहे. कामुक मुसलमान व धर्मनिष्ठ शिवाजी यांच्यातील हे अजब साम्य निरंकुश कवींनाच दिसत असेल! 'धुतलेल्या तांदुळापरी हे गाल तुझे' फिक्कट गालाशी केलेली तुलना तांदूळ गावठी असतील तरच थोडीशी तरी खरी ठरण्याचा संभव! कामुक फैजाची मागणी नाकारल्यानंतर पवित्रेची जी स्थिती झाली, तिचे कवीने वर्णन केले आहे. त्यात चिडलेल्या नागाला डिवचणे, पिसाळलेल्या कुत्र्याला झोडपणे व विंचवाला स्पर्श करणे अशा पायऱ्यांनी कवी उतरत आले आहेत. कवितेला आणखी एक ओळीची जरूर असती तर वाघमुंगळ्यावर पाय पडणे ही गोष्टही काव्यबद्ध झाली असती. नायक शशिमोहन याच्या शौर्याचा वाचकाच्या मनावर जेवढा तीव्र परिणाम व्हावयाला पाहिजे होता तेवढा सद्य:स्थितीत होत नाही. कवी श्री. पाठक हे अभिजात पद्धतीची वाचनीय काव्ये चांगली लिहू शकतील, अशी मात्र 'शशिमोहन'वरून खात्री वाटते.

(किं. १ रु., पत्ता : या. मु. पाठक, बी.ए., किंग्ज वे, नागपूर, सी.पी.)

(२) दुर्वांकुर

आनंदचे उपसंपादक श्री. तळवलकर यांच्या बत्तीस स्फुट कवितांचा हा संग्रह आहे. दूर्वा गणपतीला प्रिय असल्यामुळे श्री. गजाननराव माडखोलकर यांनी करून दिलेला कविपरिचय स्वाभाविकच वाटतो.

कवी गोपीनाथ हे गिरीशांना गुरुस्थानी मानतात. विषय, रचना, वृत्ते वगैरे अनेक बाबतींत आपले गुरू व त्यांचे सहकारी यशवंतप्रभृती कवी यांच्या काव्याची अंधूक छाया त्यांच्या कवितेवर पडलेली आढळते. नवशिक्या गवयाच्या ताना आपल्या वस्तादजींसारख्या याव्यात, यात गैर असे काहीच नाही.

दूर्वांकुरात विविध भावनांची चित्रे कवीने रेखाटली आहेत. मूल जगावे म्हणून भिकेचा अंगरखा करण्याचा नवस बोलणारी व लोकांच्या हसण्याची पर्वा न करता तो नवस फेडणारी माता जशी काव्यसंग्रहात आढळते, त्याप्रमाणे पुनर्जन्मी तुझ्या पोटी जन्म मिळून या जन्मात राहिलेली उणीव भरून निघावी अशी इच्छा मानलेल्या मातेपाशी प्रकट करणारे कविहृदयही त्यात आहे. लोकमान्यांचा पुतळा कविस्फूर्तीला बोलकी करतो, त्याप्रमाणे कलंकितेच्या विनवणीनेही कविहृदयाला पाझर फुटतो.

श्री. तळवलकर यांची काव्यशक्ती अजून वाढावयाची असल्यामुळे त्यांच्या भावी कृती निर्दोष व्हाव्यात म्हणून काही सूचना करता येण्याजोग्या आहेत. 'दिसे घरची स्थिती समाधानकारी' असले गद्य कर्णकटू लागते. 'शशि', 'तरंगिणी' वगैरे शब्दांतील ऱ्हस्व इकार दीर्घ असले पाहिजेत. 'जातवेदा'सारखे संध्येतच आढळणारे शब्द या धार्मिक ग्लानीच्या काळी कवीने उपयोजू नयेत हेच बरे. कवीने थोडेसे परिश्रम घेतले असता असले दोष दूर होतील. काव्यदृष्ट्या मुख्य दोष म्हणजे, कल्पनांचे व भावनांचे संकुचित क्षेत्र हा होय. कागदाची फुले सुंदर व कौशल्यदर्शक खरीच; पण आकाशातील संध्यारंगाने रंगलेल्या मेघांची सर त्यांना कशी येणार? 'दूर्वांकुर' पाहून आपण एखाद्या सुंदर विहिरीत पाहत आहोत असे वाटते. या विहिरीला सरोवराचे अगर निर्झराचे स्वरूप आले, तर गोपीनाथ निःसंशय वरच्या दर्जाचे कवी होतील.

(गो. ग. तळवलकर, आनंद कार्यालय, पुणे.)

१० डिसेंबर, १९२९

१. भावमंथन

महाराष्ट्रातील प्रमुख व लोकप्रिय कवी 'यशवंत' यांची १४ सुनीते व १९ नीते मिळून ३३ काव्यरत्ने या मंथनात प्रकट झाली आहेत. 'नाही सुंदरता कोठे?' हे सुनीत चांगले असून 'बाणा' कवितेतील आशावाद, 'कुरकुर'मधील मुग्धमधुरता, 'आशीर्वाद' या गीतातील विषण्णता इत्यादी भावना वाचकांना तद्रूप करून टाकण्यास समर्थ आहेत. 'रे पतंग' हे गीत कल्पनेच्या दृष्टीने सुंदर आहे. बंधनांनी परिपूर्ण अशी ही पृथ्वी सोडून तू आकाशात विहार करायला जा असे पतंगाला सांगताना कवी म्हणतात –

'पेटविल्याविण जळती
फुंकता न मालवती
जेथ दिव्य दीपतती
मार्ग तो सुधारी॥
आलेला मम जीवा
कोम्मच तू राजीवा
नभि विकास तव व्हावा
हीच हौस भारी॥'

'कल्पतेस', 'मायाविनीस', 'कधी येशील', 'आशीर्वाद' वगैरे कविता प्रत्येक मासिक धुंडाळून यशवंतांच्या कविता वाचणाऱ्यांनाही नव्याच आहेत. विषयांची विविधता व कारंजाप्रमाणे एकाच कल्पनेतून नवेनवे तुषार उत्पन्न करण्यापेक्षा, समुद्रपृष्ठावरील लाटांप्रमाणे एकामागून एक नवी कल्पना निर्माण करणे या गोष्टीकडे यशवंत लक्ष घालतील, तर त्यांची पुढील काव्यसंपदा मागच्यापेक्षाही अधिक मोलाची होईल.

(गणेश महादेव आणि कंपनी, सदाशिव, पुणे.)

२. आनंदाचे साम्राज्य

डॉ. ॲनी बेझंट व त्यांचे जगद्‌गुरू कृष्णमूर्ती यांची नावे शिक्षित समाजाला सुपरिचित आहेत. कृष्णमूर्तींचे जगद्‌गुरुत्व कितीही वादग्रस्त असले, तरी त्यांच्या व्याख्यानांतून व लेखनांतून निष्पन्न होणारे तत्त्वज्ञान विचारणीय असते असे हे पुस्तक वाचल्यावर प्रत्येक वाचकाला वाटेल. वेद अपौरुषेय आहेत या गोष्टीवर सध्याच्या सुशिक्षितांचा विश्वास बसत नाही, म्हणून त्यातील काव्य अगर तत्त्वज्ञान यांचा अव्हेर करणारा मनुष्य अरसिक अगर अपंडितच ठरेल. या जगात प्रत्येक जिवाला आपली उन्नती व्हावी असे वाटते. शारीरिक सुखे भरपूर मिळाली, तरी मनुष्याला पूर्ण समाधान होत नाही. हे पूर्ण समाधान कशाने मिळेल, देवाची पूजा करावी की समाजाची सेवा करावी हा प्रश्न ज्याला पोटाची ददात पडत नाही, अशा प्रत्येक मनुष्यापुढे पडतो. बहुतेक लोक आंधळ्या रूढींच्या पावलावर पाऊल टाकून चालतात व त्यामुळे असत्याच्या अंधारात जग चाचपडत राहते. मनुष्याच्या आध्यात्मिक विकासाविषयी कृष्णमूर्तींचे म्हणणे उपोद्घातकारांनी दिले आहे. 'बाबावाक्ये प्रमाणम्'च्या आंधळ्या आज्ञाधारकेतेने माणसाच्या विचारास अडथळा होतो, त्याच्या हृदयाची कळी न उमलता ती चिरडून जाते असे त्यांचे म्हणणे आहे. माणसाने स्वत:च्या पायांवर उभे राहिले पाहिजे, विचार करण्याचा, खरेखोटे निवडण्याचा, योग्यायोग्य ठरविण्याचा मक्ता ग्रंथांनी, धर्मगुरूंनी व शास्त्रकारांनी व्याधी व इतर माणसांना डोळे मिटून त्याप्रमाणे वागावे असे केले, तर त्या माणसाचा विकास बंद होतो, जबाबदारांची त्याची जाणीव नाहीशी होते व अशा लोकांना अध्यात्मप्रगती करता येत नाही. श्री. भागवत यांचा ४० पानांचा उपोद्घात व पुढील १२० पृष्ठांची कृष्णमूर्तींची सत्यशोधनात्मक सरस व्याख्याने नि:संशय वाचनीय आहेत.

(गणेश महादेव आणि कंपनी, ६०८, सदाशिव, पुणे नं. २)

३. माधवी

नाशिक येथे स्थापन झालेल्या वाङ्मयविहार मंडळाचे हे दुसरे पुस्तक असून त्यात २८ कवी व कवयित्री यांच्या कवितांचा सुमारे १०० पृष्ठांचा संग्रह आहे. ह.भ.प. पांगारकर, लक्ष्मीबाई टिळक, दे. ना. टिळक, कवी गोविंद, निशिगंध, मंजुमाधव वगैरे कवी मराठी वाचकवर्गाच्या परिचयाचे असून, त्यांतील काहींनी महाराष्ट्राचे प्रेमही संपादन केले आहे. बाकीचे कवी होतकरू अगर वाचकांशी विशेषसा परिचय नसलेले आहेत.

मराठी साहित्याची सर्वांगीण वाढ व्हावयाला ठिकठिकाणी मंडळे स्थापन

होऊन त्यांनी वाङ्मयाचा अभ्यास व शक्य तर निर्मिती केली पाहिजे हे उघड आहे. त्यादृष्टीने 'माधवी'कडे पाहिले, तर हा काव्यसंग्रह होतकरू कवींना उत्तेजन देण्याच्या दृष्टीने ठीक आहे; पण जिथे मंडळाला अनेक सभासदांच्या मार्मिकतेचा सहज फायदा मिळण्यासारखा असतो, तेथे 'होतकरू लोकांना उत्साह देणे' या तत्त्वावरच सर्व काम चालू नये. छापावयाच्या पुस्तकातील सर्व मजकूर मंडळांत प्रमुख सभासदांनी वाचावा, त्यात शक्य तितक्या सुधारणा सुचवाव्या व त्या अमलात आल्यानंतरच सर्व साहित्य प्रकाशित व्हावे. उदाहरणार्थ, खालील स्थळे पाहावी–

१. पुरुषोत्तम नावाच्या बी.ए., एलएल.बी. कवींनी बंधुवियोगाने दु:खित झालेल्या लहान मुलावर एका इंग्रज कवयित्रीने लिहिलेल्या कवितेचे भाषांतर केले आहे. त्यातील पहिल्याच ओळी 'अहो बोलावा बंधु कुठे गेला। तयाविण ना खेळण्या मजा आला।।' करुण कवितेतून या 'मजा'ला हद्दपार करणे फार कठीण होते असे आम्हाला वाटत नाही; पण श्राद्धाला बसलेल्या ब्राह्मणांच्या पंगतीत घुसणाऱ्या मुसलमानाप्रमाणे हा शब्द रसभंग करतो इकडे लक्ष कुणी द्यायचे?

२. प्रो. पांडुरंग जिवाजी सबनीस एम.ए.एलएल.बी. यांच्या कवितेत भक्तीमती, हुरहुरी, रमणिहृदयाची, दुर्दैवी वगैरे अनेक कर्णकटू प्रयोग आढळतात. दुर्दैवी विधवा आई गोदेत मूल टाकण्याकरिता आली असताना त्या बालकाला उद्देशून म्हणते, 'गर्हणीय', 'मज बा, न गणी' पांगारकरांचा महाराष्ट्रमहोदय निव्वळ पद्यबद्ध गद्य आहे.

गद्यमय व कर्णकटू रचना, ऱ्हस्व-दीर्घाची ओढाताण, कल्पकता व रसोत्कटता यांचा अभाव इत्यादी दोष 'माधवी'तील अनेक कवितांत आहेत व ते दूर करूनच संग्रह प्रसिद्ध झाला असता, तर तो अधिक निर्दोष व रसिकांना संतोषदायक वाटला असता! आहे या स्थितीतही 'काव्यकळी' दे. ना. टिळक यांच्या कविता, निशिगंध, सबनीस वगैरेंच्या नवीन कवितांपैकी काही भाग सरस आहेत. नवीन कवींपैकी श्री. धो. त्र्यं. कोचरगावकर यांच्या कविता इतर सर्वांपेक्षा चांगल्या आहेत. त्यांनी आपला व्यासंग चालू ठेविल्यास वरच्या दर्जाचे काव्यलेखन त्यांच्या हातून होईल, अशी आशा वाटते.

(पत्ता- प्रो. भा. ल. पाटणकर, चिटणीस, वाङ्मयविहार मंडळ, पेठे यांचा वाडा, दहीपूल, नाशिक)

४ मार्च, १९३०

१) पत्त्यांचा बंगला

कागदी राजा-राणीच्या साहाय्याने बांधलेला पत्त्यांचा बंगला एका टिचकीने जसा ढासळून पडतो, त्याप्रमाणे निव्वळ भावनांवर उभारलेली मनोराज्ये कटू व्यवहाराचा धक्का लागताच नामशेष होतात, हे म. कुटुंबमालेच्या सोळाव्या पुष्पात श्रीधर नावाच्या शिक्षित मनुष्याचे संसारचित्र रंगवून श्री. प. म. कमतकर यांनी दाखविले आहे. कथानकात कल्पनाचातुरी जवळजवळ मुळीच नाही. अनेक पात्रांचा उपयोग जरुरीपुरताच करून घेतल्यामुळे स्वभावरेखनालाही विशेष अवसर मिळालेला नाही. दिवाळीत मुलांच्या फटाक्यांनी गावाला वेढा देणारे शत्रुसैन्य पळून जावे, त्याप्रमाणे अतिशय क्षुद्र साधनांकडून महत्त्वाचे प्रसंग घडवून आणले आहेत. उदाहरणार्थ, श्रीधर कॉलेजकोर्स पुरा करण्याकरिता सासऱ्याची मदत नाकारतो, तो प्रसंग पाहावा. त्याच्या स्वाभिमानाच्या अवखळ घोड्याला बायकोने लगाम घातल्यामुळे का होईना, तो सासऱ्याची मदत घ्यावयाला तयार होतो. पण, सासऱ्याच्या घरी साडूने नाकात काड्या घातल्यामुळे हा घोडा जो एकदा उधळतो, तो पुन्हा कधीच शांत होत नाही. साडू याच्या या अतिप्रसंगाबद्दल सासरा माफी मागायला तयार झाला असतानाही श्रीधरबापूंचा घुस्सा कमी होत नाही. याला भावनाप्रधानता म्हणावे की व्यवहारशून्यता म्हणावे? नायकाची भाऊ, आई वगैरे सर्व मंडळी मृत्युमुखी पाडणे हा लेखकाच्या हातचा मळ आहे. 'ध्रुव जन्म मृतस्यच' असे गीता कंठरवाने म्हणत असल्यामुळे या मृत्यूबद्दल वाचक विशेष वादही करणार नाही; पण ती हयात असूनही, केवळ विकारवशतेमुळे श्रीधरसारख्या चांगल्या मनुष्याचा संसार दुःखमय कसा झाला, हे दाखविणे अधिक कौशल्याचे झाले असते.

श्रीधरचा स्वभाव भावनावश आहे. पण ती भावना विकृत आहे. तिला विचारांचे जवळजवळ मुळीच पाठबळ नाही. मेव्हणीने दिलेली सोन्याची साखळी आपल्या साडवाने दिली व त्याचा आपल्या बायकोशी वाईट संबंध असला पाहिजे, या गोष्टीवर तो सहजासहजी विश्वास ठेवतो. उच्च भावनेच्या कुणाही नवऱ्याने कणाचा

गण करून बायकोवर हात टाकण्यापूर्वी निःसंशय अधिक विचार केला असता! बायको रागाने माहेरी निघून गेल्यानंतर तो दुकान फुंकून टाकून मुंबईला जातो. एकच प्याल्यातील सुधाकराप्रमाणे श्रीधरलाही तडफातडफी दारूबाज करून लेखकांनी काय साधले हे सांगणे कठीण आहे. यानंतर त्याच्या सर्व कृती त्याच्या स्वभावापेक्षा लेखकाच्या लेखणीमुळेच घडून आलेल्या आहेत.

कथानक अगर स्वभावरेखन या अंगात लेखकांनी कौशल्य दाखविले नसले, तरी श्रीधर व मालती यांचा संसार, स्वभाव व परिस्थिती यांतील लहानसहान व्यंगांनीच दुःखद कसा झाला हे दररोजचे चित्र त्यांनी बरे रेखाटले आहे. एकमकांचे सुखदुःख सहानुभूतीने जाणून घेतले तरच सहवास सुखद होतो, हा नियम पती-पत्नीच्या बाबतीत सर्वांत अधिक खरा आहे. तडजोडीशिवाय संसारसुख नाही आणि तडजोड भावनेला विचाराचे आणि आकांक्षेला मनोनिग्रहाचे पाठबळ असेल, तरच यशस्वी होऊ शकते. कादंबरीची भाषा साधारण बरी असून मातृप्रेमाच्या वर्णनासारखे काही भाग सरस उतरले आहेत. 'हुबाडी' (आशा या अर्थी) 'भकला' (भटक्या) वगैरे शब्द अपरिचित आहेत. 'परिस्थितीचा गारठा वळवताच' अशासारख्या रचनेवर सफाईचा हात फिरला असता तर बरे झाले असते.

(पत्ता- महाराष्ट्र कुटुंबमाला, पुणे शहर.)

२) मिषग्वर (भाग दुसरा)

डॉ. ग. पां. काळोखे यांनी मराठीत आरोग्यपालन व रोगनिवारण यांवर अनेक पुस्तके लिहून मोठी उपयुक्त कामगिरी केली आहे. सदरहू ३०० पृष्ठांच्या पुस्तकात त्यांनी अन्नमार्ग, विनिमयक्रिया व लहानमोठ्या विकारांची माहिती दिली आहे. प्रत्येक रोगाच्या पोटप्रकारांची सविस्तर लक्षणे दिली असून, प्रतिबंधक व औषधी असे दोन्ही तऱ्हांचे उपचार सांगितले आहेत. पुस्तक डॉक्टर व वैद्य यांना तर उपयुक्त होईलच; पण सामान्य मनुष्यालादेखील 'वृक्षाच्या निर्मूलनापेक्षा बीज न रुजणे बरे' या न्यायाने फायदेशीर होईल.

(किं. ४ रु. पत्ता : डॉ. ग. पां. काळोखे, आनंद फार्मसी, फणसवाडी नाका, मुंबई.)

३) राजसंन्यासाची पुरवणी

गडकऱ्यांचे राजसंन्यास नाटक अपुरे राहिल्यामुळे महाराष्ट्र रसिकांची किती निराशा झाली याची सर्वांना कल्पना आहेच. श्री. स. द. सुळे यांनी या नाटकाची

अपूर्णता काढून टाकण्याकरिता ही पुरवणी लिहिली आहे. या पुरवणीला मुख्य आधार गडकऱ्यांची नाटकारंभीची टिपणे हाच आहे. गडकऱ्यांच्या वाग्वैजयंतीचाही ही पुरवणी सजविण्याकरिता भरपूर उपयोग केला आहे. उदाहरणार्थ, चवथ्या अंकांतील दुसरा प्रवेश 'मैना भटकत वनात' व 'ती न तरी' या कवितांतील कल्पनांनी नटविला आहे. एखाद्या गणिततज्ज्ञाचा अपुरा राहिलेला गणितग्रंथ दुसरा गणितज्ञ साधा ओळखू न देता पुरा करील; पण वाङ्यात तसे होणे शक्य नाही. त्यातून भाषा, कल्पना व विनोद या तिन्ही वाङ्मयगुणांत संपन्न असलेल्या गडकऱ्यांचे नाटक पुरे करावयाचे काम तर नि:संशय कठीण आहे. 'दूधसागराचा धबधबा' पाहत असता पुरवणीतला संभाजी म्हणतो, 'अहाहा! पाहा! जसा काही दुधाचाच प्रवाह वाहतो आहे!' गडकऱ्यांच्या संभाजीचा हुजऱ्यादेखील हा देखावा पाहून अधिक काव्यमय वर्णन करू शकला असता. अशा रीतीने काही ठिकाणी शालजोडीला जरीचे उपरणे व काही ठिकाणी साधेच उपरणे लावून श्री. सुळे यांनी हे नाटक पुरे केले. गडकऱ्यांच्या कल्पनाचित्राची सुस्पष्ट कल्पना यायला वाचकांना या पुरवणीचा नि:संशय उपयोग होईल.

(सदरहू पुस्तक विदर्भ वैभव ग्रंथमालेचे प्रथम पुष्प असून पाच रुपये भरणारास निम्म्या किमतीत या मालेची पुस्तके मिळणार आहेत. पत्ता- श्री. स. द. सुळे, राजापेठ, उमरावती.)

२९ एप्रिल, १९३०

✧

संमेलन-वाङ्मय

खाडीतून जाणाऱ्या होडीचा प्रवास भरतीमुळे जसा जलद होतो, त्याप्रमाणे साहित्य संमेलनाच्या वेळी प्रकाशित होणाऱ्या पुस्तकांची प्रसिद्धीही झपाट्याने होऊ शकते. हे मुत्सद्दी धोरण लक्षात येऊ लागल्यामुळेच की काय, अलीकडे संमेलनाच्या आगेमागे बरीच पुस्तके प्रसिद्ध होत असतात. अशा पुस्तकांपैकी काहींचा परिचय आज वाचकांना करून देत आहोत.

साहित्य संमेलन अंक

सुप्रसिद्ध यशवंत मासिकाने ३५० पृष्ठांचा व २०० फोटोंचा मोठा अंक संमेलनाची सुवर्णसंधी साधून प्रसिद्ध केला आहे. विनोदी वाङ्मय, चरित्रे, लघुकथा, कादंबऱ्या वगैरे विदग्ध आणि वेदान्त, कायदा वगैरे शास्त्रीय वाङ्मयाची मराठीत किती वाढ झाली आहे याचा आढावा काढणारे लेख या अंकात संकलित केले आहेत. प्रतिवर्षी पुस्तकं, मासिकं व वर्तमानपत्रं यांच्या द्वारा मराठीत भर पडत आहे हे उघड आहे; पण या साहित्यापैकी बराचसा भाग समुद्रावरील लाटांप्रमाणे उदय पावल्यानंतर लवकरच विलयाला जात असतो. कपड्यांच्या विपुलपणावरून एखाद्याच्या शरीरसंपत्तीचे अनुमान करणे व छापखान्यातून बाहेर पडणाऱ्या लिखाणावरून भाषेची सुस्थिती ओळखणे या दोन्ही गोष्टी सारख्याच मार्मिकपणाच्या आहेत. कालाच्या चाळणीतून भुशाप्रमाणे असणारे वाङ्मय आपोआपच गळून जात असते. प्रो. चिं. वि. जोशी, श्री. माडखोलकर प्रभृती लेखकांचे मार्मिक माहितीने भरलेले या अंकातील लेख वाचून मराठी वाङ्मयाची विविध अंगे किती सुदृढ झाली आहेत व आणखी किती होणे आवश्यक आहेत, याची यथार्थ कल्पना वाचकांना होईल.

मराठी वाङ्मयाचा हा आढावा काढताना सर्व लेखकांनी वाङ्मयगुणात्मक दृष्टी ठेविली आहे ही अत्यंत आनंदाची गोष्ट आहे. व्यक्तिमाहात्म्य, अन्य क्षेत्रातील

अप्रियत्व इत्यादी गोष्टींची पुसट छायादेखील पडू न देता समतोल बुद्धीने केलेले मराठी वाङ्मयाचे संकलित व संपूर्ण समालोचन इतरत्र कुठेही आढळणार नाही. 'काव्य', 'निबंध' व 'टीका' या महत्त्वाच्या वाङ्मय विभागांवर या अंकात लेख नाहीत; पण त्याचे कारण ते लेख लिहून देणाऱ्या लेखकांना ठरविलेल्या मुदतीत आपले काम पार पाडणे शक्य झाले नसावे, हेच असेल. चार-दोन माणसांसाठी पन्नास माणसांची पंगत खोळंबून ठेवणे इष्ट नसल्यामुळे अपुरेपणाचा दोष पत्करूनही श्री. वीरकर यांनी अगदी वेळेवर हा अंक प्रकाशित केला याबद्दल त्यांचे जेवढे अभिनंदन करावे तेवढे थोडेच होईल. वर उल्लेखिलेल्या विषयांवरील लेख तज्ज्ञ लेखकांकडून लिहवून घेऊन ते यशवंतात क्रमशः छापावेत अशी आमची त्यांना सूचना आहे.

पन्नास वर्षांतील मराठी ग्रंथसंपत्तीच्या या भव्य पर्वतावर चढून वाचक दमून जातील म्हणूनच की काय, मधून-मधून सुवासिक लता लावण्याचा व पर्वतशिखरावर कथा आणि परीक्षणे यांनी युक्त अशी पुष्करिणी बांधण्याचा प्रकाशकांनी दूरदर्शीपणा दाखविला आहे. हा अंक एप्रिल-मे असा जोडअंक म्हणून प्रसिद्ध करण्यात आला असून वर्गणीदारांना तो फुकट व इतरांना दीड रुपयाला मिळतो. यशवंताने केलेल्या साहसाचे मराठी वाचकांकडून योग्य चीज होईल, अशी आम्हाला आशा आहे.

(पत्ता – ६०८, सदाशिव, पुणे शहर.)

गोमंतक परिचय

प्रो. बा. वा. सावर्डेकर यांनी २४० पृष्ठांचे हे पुस्तक लिहिले असून, त्यात 'महाराष्ट्रा'चे नंदनवन जे गोमंतक त्याच्या अंतरंगाचे व बहिरंगाचे सविस्तर वर्णन केले आहे. चाकराचीच विचारपूस नाही तिथे पडचाकराला कोण विचारतो या न्यायाने महाराष्ट्रात कोकणविषयीचा थोडीफार उपेक्षाबुद्धी असल्यामुळे गोमंतकाविषयी जिज्ञासा फार थोडी होती. पण दळणवळणाची सुलभता, शुद्धिसंघटनांची चळवळ, गोमंतकस्थ हिंदूंचे मराठी भाषेवरील सक्रिय प्रेम इत्यादी गोष्टींना महाराष्ट्राला गोमंतकाने आकर्षित केलेले साहित्य संमेलन भरवून त्याने त्याला आपल्या बंधुप्रेमाच्या पाशात बद्ध केले आहे असे म्हणावयाला हरकत नाही. प्रो. सावर्डेकर यांचे पुस्तक ऐतिहासिक, भौगोलिक, राजकीय, सामाजिक वगैरे विविध माहितीने भरलेले असल्यामुळे राजसत्तेच्या दृष्टीने सर्वस्वी आपला असणारा गोमंतक महाराष्ट्रीय वाचकांना हे पुस्तक वाचून अधिकच आपला वाटेल, यात संशय नाही.

(पत्ता- प्रो. बाळकृष्ण वामन सावर्डेकर, पोष्ट सावर्डे, गोवा.)

स्थूलतनुवर्णन

गोमंतकांतील सुविख्यात वैद्य श्री. रामचंद्र पांडुरंग ऊर्फ दादासाहेब वैद्य यांनी शरीरशास्त्रविषयक माहिती या पुस्कात आर्याबद्ध केली आहे. आवश्यक अशा आकृती दिल्या असल्यामुळे पुस्तकाची उपयुक्तता वाढली आहे. आर्यांची रचना सुबोध, परंतु गद्यवजा आहे.

काव्यतरंगिणी

श्री. दादासाहेब वैद्यांच्याच स्फुट कवितांचा हा प्रथम खंड आहे. धन्वंतरी चंद्राचाच भाऊ असल्यामुळे श्री. दादासाहेबांना काव्याची आवड उत्पन्न झाली असावी असे क्षणभर वाटल्यावाचून राहत नाही. १०६ पृष्ठांच्या या काव्यसंग्रहात कौटुंबिक व राष्ट्रीय अशा दोन प्रकारच्या कविता आहेत. कौटुंबिक कवितांत 'विद्या', 'परोपकार' वगैरे उपदेशात्मक, 'गतभर्तुका', 'हिंदू कुटुंबीण' वगैरे सामाजिक आणि 'हरवलेले पत्र' वगैरे भावनात्मक विषयांचा श्री. दादासाहेबांनी परामर्श घेतला आहे. 'गतभर्तुकास विनंती' या कवितेतील खाली उताऱ्यावरून कवींची मते व रचनाशक्ती यांच्याविषयी वाचकांना कल्पना येईल.

> 'प्रश्न सहावा'
> 'विधवा दुःखी जरी
> सुवासिनी वधूंहुनी,
> तारे विधवांहुनि अनेकपरि का
> सुखी ठरविल्या काय कुणी?
> वैधव्याहुनि वारवधुत्व श्रेष्ठ मानिति
> जो न जनी,
> तोवरि येती प्रचारात ते
> पुनर्विवाह कसे करुनी?'

पुनर्विवाह व वारवधूत्व यांना एका पंक्तीला बसविण्याचा हा प्रयत्न केवळ काव्यदृष्ट्याच नव्हे, तर व्यवहारदृष्ट्याही भावनाशून्यतेचा आहे. याच काव्यात कवी धार्मिक विधवांना 'तुझी सुधारक अतएव नास्तिक अशा कवींच्या हृदयात शिरून आपले हितगूज त्यांना सांगितले आहे काय?' असा उपरोधपूर्ण प्रश्न विचारतात– ज्याला तुम्ही धर्म म्हणता व ज्याच्यासाठी 'वचन, व्रत, संन्यास, उपोषण' हे चार

विधवार्थ काव्यांत गुंफिता, त्या धर्माने तरी तुमच्या हृदयात शिरून आपले हितगूज तुम्हाला सांगितलेले आहे काय, असा सवाल एखाद्या सुधारक नास्तिक कवीने सदरहू कवींना केला, तर ते काय उत्तर देतील? धर्माने माणूस केला नसून माणसाने धर्म केला आहे आणि मनुष्यमात्राच्या नैसर्गिक प्रवृत्तीविरुद्ध धर्मबंधने घालणे म्हणजे समुद्रावरून बैलगाडी नेण्याइतके हास्यास्पद आहे. इत्यादी गोष्टींकडे काव्यतरंगिणीच्या कर्त्याचे दुर्लक्ष झालेले दिसते. ते कसेही असले, तरी श्री. दादासाहेब यांचा वैद्यकीय व सार्वजनिक कामांचा व्याप ज्याला माहीत आहे, त्याला त्यांच्या या काव्यरचनेचे कौतुकच वाटेल, यात संशय नाही.

(पत्ता – रा. पां. वैद्य, केरी, गोवा.)

हिरवळ

श्री. महाबळेश्वर प्रतापराव सरदेसाई या तरुण गोमंतकीय कवीच्या स्फुट कवितांचा हा संग्रह अहे. 'अक्षरा-मंदिर-उंबरठा', 'कीळसवाणे', 'नेत्र तुझे जादुगार करिती काय गारीगार' असे अनुचित प्रयोग कवींनी काव्यमणीच्या भाषावैभवाकडे अधिक लक्ष दिले पाहिजे, हे स्पष्टपणे दर्शवितात. 'लटका राग' ही शृंगारात्मक कविता 'सबसे राम भजन' या चालीवर लिहिली आहे! कवी गोविंदाग्रजाचे भक्त दिसतात; परंतु गडकऱ्यांची कल्पकता व नादमाधुर्यही दोन्ही 'हिरवळी'त फारशी आढळत नाहीत. 'अश्रु', 'कमलिनीस', 'बावरलेल्या मनाची पृच्छा' वगैरे कविता वाचनीय आहे.

(पत्ता– श्री. म. प्र. सरदेसाई, सहसंपादक, हिंदू, मडगाव, गोवा.)

३ जून, १९३०

श्रीमुखात

हे विनोदी संगीत नाटक श्री. य. गो. जोशी यांनी लिहिले असून गणेश महादेव आणि कंपनीने प्रकाशित केले आहे. गोल्डस्मिथचे ‘She stops to conqur’ शेरिडनचे ‘Duenna’ वगैरे प्रहसनवजा नाटकाप्रमाणे याचे कथानकही समजुतीच्या घोटाळ्यावर उभारलेले आहे. लग्न झालेले एक जोडपे अविवाहित म्हणून आपल्या मित्रांच्या घरी राहते. यामुळे या दांपत्यापैकी नवऱ्यावर मुलीचा व बायकोवर प्रेमाचा मारा होऊ लागतो. सर्व परिस्थितीच हास्याला परिपोषक अशी रंगविली असल्यामुळे विनोदाला बराच अवसर मिळाला आहे. मात्र हास्यकारक प्रसंगांपैकी अनेकांत रचनाकौशल्य नसल्यामुळे त्यांची जुळणी थोडी कृत्रिम वाटते. कथानकांचे सूत्र जरा भरदार असते, तर नाटकाला अधिक रंग चढला असता. धावती भाषा व सहजासहजी उत्पन्न होणारा विनोद हे या नाटकाचे गुणविशेष आहेत. “काय शंख करू का आता?” अशा प्रकारच्या वाक्यांना व शब्दप्रयोगांना फाटा दिला असता म्हणून विनोद फिक्का पडला असता असे नाही. स्वगत-भाषणे व योगायोग यांचा वाजवीपेक्षा अधिक उपयोग नाटककर्त्यांनी केला आहे. तथापि, श्री. जोशी यांचे हे पहिलेच नाटक आहे हे लक्षात घेता– प्रसंग, भाषा व कथानकाची रचना यात दिसून येणाऱ्या विनोदी कल्पकतेबद्दल कुणीही त्याचे कौतुकच करील. १४० पृष्ठे व फोटो असूनही या नाटकाची किंमत अवघी १२ आणे आहे.

(प्रकाशक- गणेश महादेव आणि कंपनी, ६०८, सदाशिव पेठ, पुणे.)

गुरुदक्षिणा

बलराम व सुदामा यांच्यासह सांदीपनींच्या गृही श्रीकृष्ण अध्ययनाकरिता राहिले होते व गुरुपुत्राचा प्राण परत आणून त्यांनी आपली गुरुदक्षिणा दिली या पौराणिक कथेवर प्रख्यात विडंबक कवी केशवकुमार ऊर्फ श्री. प्र. के. अत्रे यांनी हे नाटक

लिहिले आहे. नाटक स्त्रीपात्रविरहित अर्थात शाळांच्या संमेलनाला पाहिजे तितके सोवळे आहे. मूळच्या गुरुभक्तीच्या कथानकाला जरासंधाच्या कृष्णद्वेषाची जोड देण्यात आली आहे. तथापि, कथानकात म्हणण्यासारखी गती नसल्यामुळे ते आकर्षक वाटत नाही. अलौकिक गुरू या दृष्टीने सांदीपनीचे स्वभावचित्र रेखाटण्यात आले नसून आश्रमात श्रीकृष्ण मुरली वाजविण्यापलीकडे फारसा उद्योग करीत नसावा, असाही वाचकांचा ग्रह होण्याचा संभव आहे. नाटककर्त्यांनी कथानक व स्वभावविकास यांच्याकडे द्यावे तितके लक्ष दिलेले नसले, तरी भाषा व विनोद यांच्यामुळे नाटक वाचनीय झाले आहे. आश्रमात कंदमुळे भक्षण करावी लागतात, असे ऋषिकुमाराने सांगताच खादाड सुदामा म्हणतो, "काय कंदमुळे? त्यापेक्षा अग्निकाष्टे भक्षण केलेली काय वाईट?" कृष्ण म्हणून सुदामा, बळराम व सांदीपनीचा मुलगा कौशिक हे पकडले जातात तेव्हाची संभाषणे सरस आहेत.

(पृष्ठसंख्या १००, किंमत ८१, पत्ता - गणेश महादेव आणि कंपनी, ६०८, सदाशिव, पुणे.)

१२ ऑगस्ट, १९३०

प्रयत्नांती परमेश्वर

अभिप्रायांसह सुमारे ५०० पृष्ठांचे असलेले हे डॉ. नवले यांचे चरित्र मनोरंजक व बोधप्रद आहे. मात्र मनोरंजन व बोध या शब्दांच्या अर्थाची व्याप्ती थोडी वाढविली मात्र पाहिजे. मुंबईतल्या स्मशानभूमीपासून लंडनच्या शेक्सपीअर होमपर्यंत त्याच्या जागेला डॉ. नवले यांचे पाय लागले, त्या त्या स्थळी घेतलेली त्यांची छायाचित्रे या पुस्तकात समाविष्ट केली आहेत. इंटरनॅशनल अँटि ओपियम लीगच्या एडिंबरो अँटि ओपियम कमेटीकडून आलेल्या पत्राचा पुरावा म्हणून कमेटीचे छापील नाव असलेला एक लिफाफा पुस्तकात छापण्यात आला आहे. लाकडी फळाचे बाह्यांग फार सुंदर असते; पण त्याच्या आत रस नसतो हे तितकेच खरे आहे. लिफाफ्यावरून आतील मजकुराचे अनुमान करणे हे पोषाखावरून व्यक्तीची किंमत ओळखण्याइतके देखील शहाणपणाचे होणार नाही.

डॉ. नवले यांचे हे चरित्र म्हणजे एक महाभारतच आहे. त्यात अमुक विषय, त्यासंबंधीची डॉक्टरसाहेबांची मते, व त्या विषयात त्यांनी मिळविलेली पारंगतता यांचे वर्णन नाही असे नाही. टिळक कवींची गाठ पडताच डॉ. नवल्यांना कवित्वस्फूर्ती उत्पन्न होते. डॉ. आंबेडकरांनी स्वतःच्या पदवीधरांचा मानसिक अगर नैतिक विकास झालेला नाही असे ठासून सांगताच त्यांना रडू कोसळते. शिक्षण, राजकारण, वाङ्मय, वाटेल तो विषय घ्या, डॉ. नवरे यांचे त्याविषयी काही विचार आहेतच. या विचारांपैकी बहुतेक भाग पिष्टपेषणात्मक असल्यामुळे त्याचे श्रेय डॉक्टर मजकुरांकडे जाणार नाही, हा भाग निराळा. हे सर्व चरित्र वाचताना 'गर्जेल तो वर्षेल काय?' ही म्हण वाचकाच्या मनापुढे उभी राहू लागते. डॉ. नवले प्रयत्नांती परमेश्वर झाले आहेत असे त्यांच्या या चरित्रावरून दिसते; पण सध्याच्या अश्रद्धेच्या काळात वाटेल त्या परमेश्वरावर लोकांचा भरवसा बसणे शक्य नाही. डॉक्टर मजकुराचा आतापर्यंतचा काळ परमेश्वर होण्यात खर्च झाला असेल; यापुढे तरी त्यांच्या ईश्वरी शक्तीचा महाराष्ट्राला प्रत्यय आल्यास सदरहू पुस्तक तरुणांना उत्साहवर्धक होईल,

यात संशय नाही.

(प्र. दीनबंधु संस्था, ४४४, रास्ता पेठ, पुणे शहर.)

प्रफुल्ल पद्माकर

श्री. प्रभाकर कवींच्या ५१ कवितांच्या या संग्रहाला प्रो. चाफेकर यांनी प्रस्तावना जोडली असून, त्यात सहजगत्या सुंदर साधलेल्या अवतरणयोग्य सुभाषितवजा ओळी म्हणून खालील ओळी दिल्या आहेत–

'बालक म्हणजे नव्हे मजा।
निजकर्तव्याते उमजा।।'
'कविता म्हणजे नव्हे मजा।
व्यर्थ नका लावू गमजा।।'

हेच प्रोफेसरसाहेबांच्या काव्यास्वादनाला योग्य उत्तर होईल. विषय, रचना, कल्पना इत्यादिकांच्या बाबतीत प्रस्तुत काव्यसंग्रह म्हणजे, नकलांची नक्कल. कित्ता पुढे ठेवून अक्षर सुधारत असले, तरी काव्य चांगले उतरते असा मात्र नियम नाही. श्री. पद्माकरांना काव्यरचनेची हौस असून त्यांचे काव्यवाचनही बरेच असावे असे दिसते. 'मेघ', 'सृष्टिसुंदरीस' वगैरे काही कविता वाचनीय आहेत.

(किं. १ रु. पत्ता- दत्तात्रय बापूराव पद्माकर, औरंगाबाद.)

(१) नंदिनी (२) महाराणा प्रताप सिंह

प्रसिद्ध कवी तिवारी यांची ही ऐतिहासिक खंडकाव्ये आहेत. श्री. तिवारींची विपुल रचना पाहिली म्हणजे क्षणभर समुद्राचा भास होतो; पण त्यांच्या काव्यांत कमळेच फुलतात; मोत्ये निर्माण होत नाहीत हे पाहिले म्हणजे ते सरोवर आहे हे पटते. विपुल पद्यरचना, देशाभिमानाला पोषक असे प्रसंग, संस्कृती पद्धतीच्या कल्पना इत्यादी त्यांचे गुण सहज दिसून येतात.

'ज्या दृश्यी मन रमले असता ऐकू अख्या टापा। दिसले काही स्वार जमांचे अश्व टाकिती धापा।।'

असले गद्य या काव्यात अनेक ठिकाणी आढळते. महाराणा प्रतापसिंहाची दुसरी आवृत्ती निघाली आहे.

(किं. ८ आणे व १० आणे, पत्ता– श्री. दु. आ. तिवारी, जळगाव पूर्वखानदेश).

१९ ऑगस्ट, १९३०

वार्तापत्रे

✧

शिरोड्याचे बातमीपत्र

रत्नागिरी जिल्ह्याचे डेक्कन एज्युकेशनल इस्पेक्टर मे. तावडे हे येथील इंग्रजी शाळेची वार्षिक तपासणी ता. १३, १४ व १५ रोजी करून गेले. ता. १४ रोजी सायंकाळी मराठा विद्याप्रसारक समाजातर्फे त्यांना पानसुपारी झाली. आपल्या उत्तरादाखल केलेल्या भाषणात 'दैवयत्तं कुले जन्म मदायत्तंतु पौरुषम्' हा आत्मविश्वास प्रत्येकाने धरल्यास त्याला किती मधुर फले येऊ शकतात याचे त्यांनी स्वत:च्या चरित्रातील दाखले देऊन विवेचन केले. मराठा समाजाने मुलांइतकीच मुलींच्या शिक्षणाची काळजी घेतली पाहिजे, असे त्यांनी बजावले. ज्ञाती अगर व्यक्ती यांपेक्षा तत्त्वनिष्ठा अगर गुणसमुदाय यांच्याकडे आपला ओढा असून जे जे आपल्या पायांवर उभे राहण्याचा प्रयत्न करतील, त्यांना त्यांना शक्य ते साहाय्य करण्यात मी कसूर करणार नाही असे त्यांनी सांगितले. ता. १५ रोजी त्यांनी वाचनमंदिराला भेट दिली. सर्वच अधिकारी त्यांच्याइतके मनमिळाऊ, कार्यदक्ष व स्वत:ला जनतेचे नोकर समजणारे होतील, तर लोकांची अनेक गाऱ्हाणी हां हां म्हणता नाहीशी होतील.

२५ नोव्हेंबर, १९२४

शिरोड्याचे बातमीपत्र

वार्षिक जत्रा

येथील जत्रा जुगाराचे गालबोटदेखील न लागता ता. २४ रोजी पार पडली. धर्ममार्तंडांच्या आधुनिक अनुयायांना जत्रा अगदी ओकी ओकी वाटली असेल. जुगारबंदीच्या बाबतीत पोलीस हवालदारांनी पूर्ण काळजी घेतल्याबद्दल ते स्तुतीस पात्र आहेत.

व्याख्यान

येथील इंग्रजी शाळेचे हेडमास्तर वि. स. खांडेकर हे पणजीच्या बालवाचन मंदिराच्या निमंत्रणावरून तिकडे गेले होते. ता २३ रोजी तेथे त्यांचे 'समाजसेवा' या विषयावर व्याख्यान झाले.

बालपर्यटन

इंग्रजी शाळेतील नऊ विद्यार्थी मंडळी प्रेक्षणीय स्थळे पाहण्यासाठी ता. २१ रोजी येथून गेली होती. पणजी, जुनेगोवे, म्हापसे ही सर्व स्थळे पाहून ती पायवाटेने ता. २६ रोजी परत आली. दूधसागर, सिंधुदुर्ग, आंबोली, जुनेगोवे इत्यादी ठिकाणी विद्यार्थ्यांना नेणे सर्वार्थांनी श्रेयस्कर आहे. पण, रत्नागिरी जिल्ह्यातील शिक्षक-प्राध्यापकांना असला प्रवास 'खटाटोपो भयंकर:' वाटत असावा!

गरीब विद्यार्थी फंड

इंग्रजी शाळेच्या या वटसंस्थेला मदत मिळविण्याचा प्रयत्न स्वयंसेवक स्थानिक जत्रांतून करीत असतात. 'आधी पोटोबा!' हा व्यावहारिक न्यायदेखील अशा फंडाच्या वेळी अनेक लोक विसरतात. माणसामागे एक पैसा या प्रमाणाने फंड मिळेल, तरीदेखील मोठे काम होईल.

९ डिसेंबर, १९२४

शिरोड्याचे बातमीपत्र

चिपळूणकर स्मृतिदिन

येथील इंग्रजी शाळेत रा. रा. वि. स. खांडेकर यांचे 'चिपळूणकरांची सामाजिक मते' या विषयावर ता. १७ रोजी व्याख्यान होणार आहे.

वसंत व्याख्यानमाला

सालाबादप्रमाणे येथे यंदाही वसंत व्याख्यानमाला सुरू होणार आहे. सभागृहाची स्थिती हेमंतातील वृक्षाप्रमाणे होऊ नये म्हणून मे महिन्याऐवजी व्याख्यानमाला एप्रिलात करण्याचे चालकांनी ठरविले आहे. मालेत विद्यार्थ्यांना उपयुक्त अशाच विषयांवर व्याख्याने करावीत अशी चिटणिसांना विनंती आहे.

व्याख्यान

मडगावच्या सारस्वत समाजाने येथील इंग्रजी शाळेचे हेडमास्तर वि. स. खांडेकर यांना आपल्या व्याख्यानमालेत एक पुष्प गुंफण्याविषयी विनंती केली आहे.

तुरुत दान महापुण्य

इंग्रजी शाळेला दिलेली अभिवचने पूर्ण करण्याची वेळ हीच आहे, हे दात्यांनी विसरू नये. वरातीमागून घोडे आले, तरी वधूवरांना वाहून नेण्याचा मान त्याला मिळत नाही, हे सांगायला नकोच!

१७ मार्च, १९२५

✧

इंग्रजी शाळेला मदत

रा. अंकुश रवळोबा प्रभू साळगावकर यांनी इंग्रजी शाळेच्या इमारत फंडाला ५१ रुपये दिले आहेत.

इंग्रजी पाचवी

येथील इंग्रजी शाळेची पाचवी इयत्ता सरकारने यंदा मंजूर केली आहे.

वसंत व्याख्यानमाला

बुधवार, ता. ८ रोजी रा. बुनीसाल मिठा शेट, वाङ्मयविशारद, शनिवार, ता. ११ रोजी इंग्रजी शाळेतील शिक्षक रा. ना. गो. आजगावकर व रविवार ता. १२ रोजी रा. वि. कृ. नेरुरकर, बी.ए. यांची अनुक्रमे 'छत्रपतींचे तीन किल्ले', 'समर्थांची कामगिरी व शिक्षण' आणि 'व्यापक शिक्षण' या विषयांवर व्याख्याने झाली.

१४ एप्रिल, १९२५

✧

शोचनीय मृत्यू

येथील प्रसिद्ध व्यापारी व कर्तव्यदक्ष रहिवासी रा. ग. सी. खटखटे यांना ता. २६ एप्रिल रोजी देवाज्ञा झाली. इंग्रजी शाळेच्या इमारत फंडाला त्यांनी ५०० रुपयांची देणगी दिली आहे. इमारतीच्या कामाला त्यांनी हस्ते, परहस्ते साहाय्य केले. एवढेच नव्हे, तर भर उन्हात तासच्या तास उभे राहून त्यांनी कामावर देखरेखही केली. शाळेप्रमाणे वाचनमंदिरावरही त्यांचे प्रेम असून ते मंदिराचे अध्यक्ष होते. वाचनमंदिराच्या कायम फंडाला त्यांनी देणगी दिली होती व शाळेचे काम पुरे झाल्यावर लायब्ररीची इमारत बांधण्याला साहाय्य करण्याचे आश्वासनही रा. खांडेकर प्रभृती मंडळींना दिले होते. अंतकाळीदेखील इंग्रजी शाळेविषयी त्यांनी जे कळकळीचे भाषण केले, ते सदैव सर्वांच्या स्मरणात राहील. त्यांच्या मृत्यूने शिरोड्यातील नेकीचा व टेकीचा व्यापारी आणि निर्भीड, वजनदार व समाजसेवातत्पर सद्गृहस्थ नाहीसा झाला आहे. ईश्वर त्यांच्या आत्म्यास शांती देवो.

शुद्धी

ता. २८ एप्रिल रोजी गोमंतकातील वक्ते व लेखक रा. य. सू. सरदेसाई यांचे 'शुद्धी' या विषयावर व्याख्यान झाले.

बालपर्यटन

येथील इंग्रजी शाळेतील १५ विद्यार्थी सावंतवाडी व तेथील शिशुसप्ताह पाहण्याकरिता व देवधर-सावरकर यांची व्याख्याने ऐकण्याकरिता ता. २८ एप्रिल रोजी गेले होते. विद्यार्थ्यांनी सर्व प्रवास पायीच केला.

व्हर्नाक्युलर फायनल

येथील इंग्रजी शाळेतून या परीक्षेस तीन विद्यार्थी बसले होते. ते तिघेही पास झाले.

संस्थेला साहाय्य

इंग्रजी शाळेच्या मदतीसाठी प्रो. पट्टणशेटी यांनी ता. ८ मे रोजी आपला जादूचा

खेळ केला.

विद्यार्थ्यांचा निबंध

इंग्रजी शाळेतील लक्ष्मण नाबर याला सावंतवाडीच्या शिवछत्रपती मोफत वाचनालयाने शिवजयंतीनिमित्त मागविलेल्या निबंधांपैकी दुसऱ्या नंबरचे बक्षीस मिळाले.

१२ मे, १९२५

दुखवट्याची सभा

वैकुंठवासी ग. सी. खटखटे यांच्या निधनाविषयी दुःख प्रदर्शित करण्याकरिता ता. १३ मे रोजी संध्याकाळी पाच वाजता वाचनमंदिरात रा. वि. मो. नाबर यांच्या अध्यक्षतेखाली सभा भरली होती. रा. वि. स. खांडेकर, रा. आर. प्रभु. रा. द. रा. प्रभु यांनी त्यांचे सार्वजनिक व वैयक्तिक गुणवर्णन केल्यानंतर दुखवट्याचा ठराव एकमताने पास झाला.

मॅचलेस मॅच

येथील आरवली शिरोडा क्लब व वेंगुर्ल्याचा टाउन क्लब यांचा गेल्या आठवड्यात वेंगुर्ले येथे क्रिकेटचा सामना झाला. पहिल्या डावात आरवली शिरोडा क्लबने ७९ व टाउन क्लबने ४९ धावा काढल्या. दुसऱ्या डावात आरवली शिरोडा क्लबचे पाच गडी चीत होऊन बावीस धावा झाल्या. व पुढे विरुद्ध बाजूच्या पंचांच्या 'पंच'पणामुळे खेळ बंद झाला. टाउन क्लबाचे पंच एक सुशिक्षित शिक्षक असताना 'खेळ संपला' असे दुसऱ्या पंचांनी सांगितले असता त्यांनी नाही म्हणणे, आपल्या बाजूच्या गड्याने चेंडू पकडला असता आनंदातिरेकाने त्याला उचलणे इत्यादी गोष्टी त्यांच्या हातून घडाव्यात, ही दुर्दैवाची गोष्ट आहे. सामन्यातील पंच हा न्यायाधीश असतो, वकिलाचे हावभाव व वक्तृत्व त्याने दाखविले, तरी ते अस्थानीच होणार!

१९ मे, १९२५

✧

दुःखप्रदर्शक सभा

डॉ. भांडारकर यांच्या निधनानिमित्त वाचनमंदिरात ता. २७ ऑगस्ट रोजी सभा भरली होती. प्रथमत: डॉक्टरसाहेबांचे त्रोटक चरित्र वाचून दाखविण्यात आले व नंतर गुणवर्णनपर भाषण झाले. १९व्या शतकातील डॉ. भांडारकर ज्या कोकणाने निर्माण केले, त्याच कोकणावर २०व्या शतकातील भांडारकर निर्माण करण्याची जबाबदारी स्वाभाविक येते.

देणगी

इंग्रजी शाळेच्या इमारत फंडाला पणजीहून २५ रुपयांची देणगी एका व्यापाऱ्याने दिली. पणजी येथील व्यापारी रा. खटखटे (शिरोड्याचे रहिवासी) यांच्याच परिश्रमाने आतापर्यंत पणजीच्या व्यापारीवर्गाकडून ३९३ रुपयाची संस्थेला मदत झाली याबद्दल संस्था त्यांची अत्यंत ऋणी आहे.

इंग्रजी शाळा

नव्या इमारतीचे मुख्य काम पूर्ण झाले असून अनावरण समारंभ याच महिन्यात होईल असे दिसते.

साथ

गावात इन्फ्ल्युएन्झाच्या साथीला सुरुवात झाली आहे. प्रतिबंधक उपाय लोकांनी आधीच अमलात आणल्यास बरे होईल.

१५ सप्टेंबर, १९२५

✧

इन्स्पेक्शन

मे. खाडिलकर, सीनिअर डेप्युटी एज्युकेशनल इन्स्पेक्टर, रत्नागिरी यात १० व ता. ११ रोजी येथील इंग्रजी शाळेची वार्षिक तपासणी केली.

गीताजयंती

ता. १५ रोजी इंग्रजी शाळेत गीताजयंती झाली. श्लोकपठणाच्या जोडीला गीताजन्माच्या प्रसंगावर उत्तम चित्र काढणाऱ्याला बक्षीस ठेवले होते. तीन विद्यार्थ्यांनी या बक्षिसाकरिता प्रयत्न केला होता व त्यात श्री. वटणीकर यांचे चित्र चांगले साधले होते. गीतेविषयी श्री. अ. स. नाबर, विद्यार्थी श्री. य. ग. नाईक, श्री. वि. स. खांडेकर इत्यादिकांची भाषणे झाली.

२१ डिसेंबर, १९२६

✧

आगरकर स्मृतिदिन

ता. १७ रोजी इंग्रजी शाळेत आगरकर स्मृतिदिन साजरा होऊन त्या विषयावर चांगले बोलल्याबद्दल विद्यार्थी दि. अं. प्रभु यास बक्षीस देण्यात आले.

बक्षीस

गेल्या नोव्हेंबरात झालेल्या ड्रॉइंगच्या एलिमेंटरी परीक्षेत येथील इंग्रजी शाळेतील विद्यार्थी भा. रा. राजाध्यक्ष याला (नेचरड्रॉइंग) या विषयात बक्षीस मिळाले आहे.

आरंबदे

श्रींचा संचार

श्री शंकराचार्यांच्या मुक्कामात धारगळ प्रकरण, पार्से प्रकरण, भट्ट-प्रभु प्रकरण वगैरेंची चर्चा होऊन इतर कित्येक जातिप्रकरणांचा निकाल लावण्यात आला. येथे श्रींच्या चार पाद्यपूजा झाल्या.

सुवर्णपदक

शारदा संगीत नाटक मंडळींनी येथील भद्रकाली वाचनमंदिराला आपला 'पुण्यप्रभाव' खेळ दिला. मंदिरामार्फत कंपनीला एक सुवर्णपदक अर्पण करण्यात आले.

सहावी यत्ता

येथील इंग्रजी शाळेत बाजारकराच्या मदतीने पुन्हा लवकरच सहावीचा वर्ग सुरू करणार असल्याचे समजते.

मळेवाड

लाजिरवाणा प्रकार

मळेवाड नजीकच्या कोंडुरे गावाला अलीकडेच झालेल्या १/२ कॉलऱ्याच्या मृत्यूस दहन करावयास कोणीच न आल्यामुळे एकाच मनुष्यास कसाबसा खळगा काढून पुरण्याचा प्रसंग आल्याचे समजते. हा प्रकार लाजिरवाणा नाही काय?

कायमचा साकव पाहिजे

मळेवाड जकातीपासून सुमारे दीड मैल असलेल्या कोंडुऱ्याच्या ओढ्यावर कायमचा साकव पाहिजे. कारण सदर ओढा फार खोल असून पाणीही बरेच येत असल्यामुळे प्रस्तुत घळीत असलेल्या आडीवरून जाणे धोक्याचे वाटते. स्टेट इंजिनिअरसाहेब ही गैरसोय दूर करतील काय?

तुळस

सालाबादप्रमाणे श्रीदेव जैतिराची जत्रा वैशाख कृ. ३० रोजी झाली. लोकसमुदाय ४/५ हजार होता. जत्रा ओसरल्यावर देवळानजीकच्या अंगणात जुगार सुरू होता. जत्रेत मानकरी लोकांची मारामारी होऊन केस कोर्टापर्यंत गेल्याचे समजते.

मडुरे

येथील इंग्रजी शाळेचे उत्साही मुख्याध्यापक श्री. पाटकर हे उच्च शिक्षणासाठी बुधवार ता. १५ रोजी कोल्हापुरास गेले.

२१ जून, १९२७

✧

१४वे महाराष्ट्र साहित्य संमेलन आमच्या खास प्रतिनिधीकडून

विषयनियामक मंडळ

तारीख २६ रोजी संध्याकाळी क्रीडाभुवनात विषयनिवारक मंडळाची बैठक भरून संमेलनापुढे मांडावयाच्या ठरावांची चर्चा झाली. वादग्रस्त विषय दुसऱ्या दिवसासाठी खास राखून ठेवण्याचे ठरले होते; परंतु निरुपद्रवी ठरावांवरदेखील वाद माजलाच! दुसऱ्या दिवशी सकाळी वि. नि. मंडळाची पुन्हा बैठक भरली. या बैठकीतच मंडळाचे काम पुरे करावयाचे असे आधीपासून ठरविण्यात आले होते; पण श्री. न. चिं. केळकर यांनी त्या बैठकीत कानडी-मराठी वादासंबंधाने जो ठराव मांडला, त्याचा निकाल लगेच लागण्याचा रंग दिसेना व त्यामुळे वि. नि. मंडळांची बैठक तहकूब ठेवावी लागली! या ठरावावर मतभेदाची रणे इतकी माजली की, अखेर या ठरावाच्या छापील प्रती वि. नि. मंडळाच्या सर्व सभासदांना वाटाव्या व त्यांच्याकडून संध्याकाळची बैठक सुरू होईपर्यंत पाठविल्या जाणाऱ्या उपसूचना स्वीकाराव्या, असे ठरवावे लागले.

दिवस दुसरा

संमेलनाच्या जाहीर कार्यक्रमाला सोमवार, ता. २७ रोजी दुपारी दोन वाजता सुरुवात झाली. या दिवशीही पहिल्या दिवसाप्रमाणे गर्दी भरपूर होती. आरंभी ईशस्तवन, पद्यगायन, संदेशवाचन इत्यादी कार्यक्रम झाले व नंतर ठराव चर्चेला निघाले. या दिवशी एकंदर १२ ठराव संमेलनापुढे येऊन ते एकमताने मंजूर झाले.

या वारांपैकी सहा अध्यक्षांनीच मांडले व बाकीच्या सह्यांवर श्री. द. वा. पोतदार, दाते, हर्षे, ऊर्ध्वरेषे, कोतवाल, देसाई, डॉ. बाळकृष्ण, श्री. स. माधवराव किबे, सौ. कमलाबाई किबे, न. चिं. केळकर, द. व्यं. पै व वा. गो. आपटे यांची भाषणे झाली. याशिवाय, जर्मनीतून यंत्रविद्येचा अभ्यास करून स्वदेशी परत आलेले महाराष्ट्रीय तरुण रा. अत्रे यांनी स्वत: तयार केलेल्या नवीन प्रकारच्या मराठी टाइपरायटरची माहिती या दिवशी संमेलनाला हजर असलेल्या लोकांपुढे मांडली. हा सर्व कार्यक्रम पार पडेपर्यंत साडेपाच वाजल्यामुळे संमेलनाचे काम तहकूब करण्यात आले व अध्यक्षांसह विषय नियामक मंडळाचे सभासद क्रीडाभुवनाकडे वळले. मंडळाच्या या बैठकीपुढे कानडी-मराठी वादाचा ठराव हाच महत्त्वाचा विषय होता. बैठकीचे काम सुरू होण्याच्या वेळी या ठरावावर एकंदर अकरा उपसूचना आल्या होत्या! दोघांची मागणी तर 'मूले कुठार:' या न्यायाने हा ठरावच अध्यक्षांनी संमेलनाच्या कार्यक्षेत्राबाहेरचा म्हणून नियमबाह्य ठरवावा अशी होती! बाकीच्या उपसूचनांपूर्वी अर्थातच ठरावाची विचारार्हता वादाला निघाली. ठरावाच्या आवश्यकतेसंबंधाने श्री. गंगाधरराव देशपांडे यांचे भावनोद्दीपक दीर्घ व्याख्यान झाल्यानंतरही रूलिंगची मागणी करणारे गृहस्थ अविचलितच राहिल्यामुळे अखेर अध्यक्षांना भाषण करावे लागले; पण त्यांनी आपला निर्णय लगेच जाहीर न करता, सर्वसंमत योजनेची वाटाघाट करण्यासाठी एका रात्रीची सवड दिली व वि. नि. मंडळाची बैठक तहकूब केली!

दिवस तिसरा

मंगळवारी सकाळी आठ वाजता फिरून विषय नियामक मंडळाच्या बैठकीला सुरुवात झाली. पूर्व दिवशींच्या अनुभवावरून कानडी-मराठी वादाचा ठराव लवकर निकालात निघण्याचे चिन्ह न दिसल्यामुळे प्रथम इतर १०/१२ ठरावांवर चर्चा झाली व ११ वाजताच्या सुमारास फिरून हा वादाचा विषय पुढे आला. सभासदांत एवढी खळबळ उडवून देणारा श्री. केळकर यांचा ठराव पुढीलप्रमाणे होता–

हल्ली कर्नाटकामध्ये कानडी-मराठीचा जो वाद उत्पन्न झाला आहे तो सर्व दृष्टीने अत्यंत अनिष्ट असून तो शक्य तितक्या लवकर मिटवला जाणे हे उभयपक्षीही अत्यंत जरुरीचे आहे असे या संमेलनाचे मत आहे. म्हणून असे ठरविण्यात येत आहे की–

१. बेळगाव जिल्हा हा कर्नाटकाचा एक भाग आहे व या जिल्ह्यात कानडी ही प्रमुख म्हणजे बहुसंख्याकांची भाषा आहे. २. म्हणून या जिल्ह्यातील महाराष्ट्रीयांनी या भाषेला या जिल्ह्यातील प्रमुख भाषा या नात्याने योग्य तो मान द्यावा. ३. त्याबरोबरच या जिल्ह्यातील कर्नाटकीय लोकांनी मराठी ही भ्रातृभाषा या नात्याने

तिला योग्य तो मान द्यावा व अल्पसंख्याकांची भाषा म्हणून योग्य व अवश्य ते संरक्षण द्यावे.

वर कलम २ व ३ यांत नमूद केलेल्या तत्त्वांचे प्रतिपादन कर्नाटक साहित्य संमेलनानेही आपल्या ठरावात द्वारे करून कर्नाटक व महाराष्ट्र यांच्यामधील सलोखा कायम राखण्याला मदत करावी अशी या संमेलनाची इच्छा आहे.

तसे पाहिले तर या ठरावात रणे माजण्याजोगे फारसे काही नव्हते; पण निरनिराळ्या भावनेने ज्याने-त्याने त्या ठरावाला विरोध चालविला होता. काहीकांना या ठरावाचा मथितार्थ मान्य होता; पण त्यांच्या कुशाग्र अगर काटेकोर दृष्टीला तो संमेलनाच्या कार्यक्षेत्रात येत नाही, असे प्रामाणिकपणे वाटत होते. काही लोक असे होते की, त्यांना हा ठराव पास करण्याने अकारण धमकी देणाऱ्या आडमुठ्या कानड्यांना शरणचिठ्ठी दिल्यासारखे वाटत होते, तर विरोधकांत काही लोक असेही होते की, ज्यांना बेळगाव जिल्ह्यात कानडी आज बहुसंख्याक आहेत ही गोष्ट कबूल होती; पण पुढे-मागे हे प्रमाण बदलेल अशी सुप्त आशा त्यांच्या मनात वसत होती व म्हणून त्यांना संमेलनाने कोणताही कबुलीजबाब देऊन ठेवून भावी पिढीला बंधन घालून ठेवणे इष्ट वाटत नव्हते. मनोवृत्तीतील या भिन्नत्वामुळे विरोधाच्या कारणात जरी फरक दिसून येत होता, तरी पुढे आला त्या स्वरूपात ठराव मंजूर होऊ नये असे म्हणणारांचे बहुमत निर्विवाद होते. सबंध रात्रीच्या विश्रांतीनंतरही पूर्वस्थिती बिलकूल पालटलेली नाही असे पाहून अध्यक्षांना आपला निकाल जाहीर करावा लागला व त्यांनी वरील ठरावाचे (१) कलम संमेलनाच्या कार्यक्षेत्राबाहेरील म्हणून नियमबाह्य ठरविले. हा निर्णय ऐकून श्री. केळकर यांनी सबंध ठरावच मागे घेण्याची इच्छा दर्शविली; पण सभेची परवानगी न मिळाल्यामुळे राहिलेला ठराव व त्यावरील उपसूचनाचा विचारासाठी निघाल्या. एका रूलिंगच्या मागणीनेच दोन दिवस घेतल्यामुळे अकरा उपसूचनांचा सांगोपांग विचार करणे अशक्यप्राय होते व म्हणून सर्वसंमत अशी एकच उपसूचना बनविण्याचा प्रयत्न करण्यात आली व तो साध्य होऊन दुरुस्त ठराव वादविवाद टाळण्यासाठी अध्यक्षांनीच संमेलनापुढे मांडावा असे ठरले. अशा रीतीने हा लांबलेला वाद निकालात निघून विषय नियामक मंडळाचे काम पुरे झाले.

जाहीर कार्यक्रम

विषय नियामक मंडळांतील वादळी वाऱ्यांचा उपसर्ग जाहीर कार्यक्रमाला यत्किंचितही पोहोचत नव्हता, ही आनंदाची गोष्ट होय. मंगळवारी संमेलनाची सुरुवात तीन वाजता करण्याचे ठरविण्यात आल्यामुळे आधीपासूनच तिष्ठत राहिलेल्या सभासदांच्या करमणुकीसाठी काव्यगायनादी कार्यक्रम ठेवण्यात आले होते. अध्यक्ष येऊन काम सुरू झाल्यानंतर या दिवशी आणखी १३ ठराव मंजूर झाले व त्यावर प्रो. चाफेकर, श्री. गुंजाळ, आवारकर, ज. स. करंदीकर, हुदलीकर, शंकरराव देव, पांगळ, सडेकर वगैरेंची भाषणे झाली. श्री. शंकरराव देव यांनी राजवाडे स्मारकाच्या ठरावावर केलेले भाषण इतके परिणामकारक झाले की, या कार्याला जागच्या जागी २०० रुपये रोख मिळाले व रुपये एक हजारची अभिवचने मिळाली. विषय नियामक मंडळाने मंजूर केलेले सर्व ठराव संमेलनाने पसार केल्यानंतर पुढील वर्षासाठी गोमंतकीयांतर्फे श्री. य. सू. देसाई यांनी संमेलनास निमंत्रण दिले व ते साभार स्वीकारण्यात आले. अशा रीतीने तीन दिवस मोठ्या उत्साहाने चाललेला संमेलनाचा कार्यक्रम संपत आला व आभारप्रदर्शन आणि समारोप एवढ्याच गोष्टी शिल्लक राहिल्या. बेळगावकरांतर्फे रा. गुत्तीकर, मुजुमदार वगैरे गृहस्थांनी अध्यक्ष, सभाजन, साहाय्यक वगैरेंची व परगावच्या प्रतिनिधीतर्फे रा. काणे यांनी संमेलन चालकांचे आभार मानल्यावर अध्यक्षांनी सुंदर समारोप केला. त्यांचे समारोपाचे भाषण प्रास्ताविक भाषणापेक्षाही सरस वाटले. विनोद ओतप्रोत भरलेला होता, निर्भीड स्पष्टोक्ती होती व विधायक सूचनाही होत्या. सुमारे आठ वाजता अध्यक्षांनी आपले भाषण संपवून संमेलन बरखास्त झाल्याचे जाहीर केले व मंडळी घरोघर निघून गेली. रात्री दहा वाजता स्वागत मंडळाचे सभासद प्रतिनिधी वगैरे मंडळींस थाटाची मेजवानी देऊन संमेलनाचा गोड शेवट करण्यात आला.

संमेलनानंतर

संमेलनाचे कायदेशीर काम जरी ता. २८/५/२९ रोजी आटोपली, तरी त्याचे शेपूट पुढेही एक दिवस राहिले होते. पंगत उठल्यानंतर यजमानाला ज्याप्रमाणे निरवानिरव करावी लागते, तसाच काहीसा प्रकार प्रस्तुत संमेलनाच्या बाबतीतही झाला. श्री. देशपांडे व बेळवी यांची परिस्थिती लक्षात घेऊन श्री. केळकर यांनी कानडी-मराठी वादाचा ठराव पुढे आणला होता; पण तो जसाचा तसा मंजूर न होता दुरुस्त स्वरूपात संमेलनाने पास केला. केळकरप्रभृतींचे पहिल्यापासून म्हणणे असे की, ठराव मूळ स्वरूपात पास होणे अगत्याचे आहे. त्याप्रमाणे घडून न आल्यामुळे

अध्यक्षांनी मांडलेल्या ठरावास भर संमेलनात केळकर, देशपांडे व बेळवी यांनी विरोध केला होता. अर्थात या सर्व घालमेलींचा खुलासा होणे अगत्याचे होते व त्याप्रमाणे वरील तीन गृहस्थ व रा. गुंजाळ (यांनी विषय नियामक मंडळाच्या बैठकीत रा. केळकर यांच्या ठरावाला पाठिंबा दिला होता; पण दुसऱ्या दिवशी उघड्या संमेलनात त्यांच्याबरोबर स्वत:चा दुरुस्त ठरावाला विरोध प्रकट करावयाला ते कसे विसरले त्यांनाच माहीत!) यांनी मूळ ठरावाच्या आवश्यकतेसंबंधाने आपले म्हणणे पत्रकाच्या रूपाने जाहीर केले, अध्यक्षांच्या निर्णयामुळे कानडी लोकांच्या मनात किंतू राहू नये म्हणून श्री. परांजपे व इतर पाच पंचवीस महाराष्ट्रीय यांच्या सह्यांनिशी असाही एक खुलासा प्रसिद्ध झाला की, 'राष्ट्रीय सभेच्या प्रांतविभागणीप्रमाणे बेळगाव जिल्हा कर्नाटकात मोडतो ही गोष्ट आम्हाला कबूल आहे.' याप्रमाणे दोन खुलासे प्रसिद्ध झाल्यानंतर कित्येक कानडी गृहस्थांनी 'आपले समाधान झाले असून कानडी-मराठी वाद आपणापुरता तरी मिटला' असा तिसरा खुलासा प्रसिद्ध केला! अशा प्रकारे दिलसफाईचा देखावा दाखविणारे खुलासे प्रसिद्ध झालेले पाहून क्षेत्रावरील प्रायश्चित्तनिधीचे स्मरण होते; पण तेवढ्याने जर हा वाद कायमचा मिटत असेल, तर असली प्रायश्चित्ते येणे कानड्यांना काय किंवा मराठ्यांना अप्रिय वाटण्याचे कारण नाही.

संमेलनात मंजूर झालेले ठराव

बेळगाव येथे भरलेल्या चौदाव्या मराठी साहित्य संमेलनात पुढील पंचवीस ठराव मंजूर झाले. त्यांपैकी मराठी वादाच्या ठरावावर श्री. न. चिं. केळकर, गंगाधरराव देशपांडे, व. ना. बेळवी यांनी विरुद्ध मते दिली व श्री. ब. ग. खापर्डे हे उदासीन राहिले. बाकीचे सर्व ठराव एकमताने मंजूर झाले.

१. गतवर्षी कालवश झालेल्या महाराष्ट्र साहित्यसेवकांच्या निधनाबद्दल दु:खप्रदर्शन, २. मुंबई-नागपूर उस्मानिया विश्वविद्यालयाच्या बी.ए.च्या सन्मान्य शाखेत मराठीचा प्रवेश व्हावा. एम.ए.च्या प्रबंधाला मराठी विषय ठेवून तो प्रबंध मराठीतूनच लिहिण्याची सक्ती व इतर प्रबंध मराठीतून लिहिण्याची सवड असावी व पदवी परीक्षेखालील विश्वविद्यालयीन अभ्यासक्रमात संस्कृतबरोबर मराठी भाषाही आवश्यक असावी. ३. सरकारी क्रमिक पुस्तके म. सा. परिषदेच्या संमतीने व साहाय्याने तयार करावी व नेमावी. ४. सरकारकडे पाठविल्या जाणाऱ्या ग्रंथांतून सार्वजनिक उपयोगासाठी मराठी ग्रंथ संग्रहालय चालविण्याची सरकारला विनंती, ५. म. सा. परिषदेचा एकेक प्रतिनिधी सर्व हिंदी विश्वविद्यालयाच्या अधिकारी मंडळात नेमण्याबद्दल त्या त्या सरकारला विनंती, ६. बृहन्महाराष्ट्रीयांच्या मराठी शिक्षणाची तजवीज टिळक महाराष्ट्र

विद्यापीठाने पोष्टाने अगर अन्य तऱ्हेने करावी, ७. मोडीच्या प्रसारात उत्तेजन द्यावे, ८. महाराष्ट्र व बृहन्महाराष्ट्र यांच्यासाठी कायद्याने मान्य असे महाराष्ट्र विद्यापीठ स्थापन करावे, ९. मुंबईच्या एल्फिन्स्टन कॉलेजमधील मराठी अध्यापकांची रिकामी पडलेली जागा त्वरित भरावी, १०. मराठी इतिहास पुस्तकांत आढळणाऱ्या पर्शियन व उर्दू नावांचे उच्चार व लेखन कायम करण्यासाठी श्री. स. किबे, डॉ. बाळकृष्ण (चिटणीस), प्रो. पटवर्धन, प्रा. पोतदार व सरदेसाई यांचे एक मंडळ नेमावे, ११. गोमंतकांत मराठी वृत्तपत्रे व मराठीचा सामान्य प्रसार यांना बंधनकारक होण्यासारखे जे विशिष्ट निर्बंध घालण्यात आले आहेत ते दूर करण्याबद्दल तेथील सरकारला विनंती, १२. शिक्षणोपयोगी बालवाङ्मय प्रसिद्ध करण्याविषयी शिक्षणखाती व शिक्षणसंस्था व साहित्यसंस्था यांना विनंती, १३. मुंबई, नागपूर, उस्मानिया विद्यापीठाने इंग्रजीखेरीज इतर विषयांची बोधभाषा मराठी नेमावी, १४. गतवर्षी संमेलनाने केलेल्या शिफारशी अमलात आणल्याबद्दल इंदूर दरबारचे अभिनंदन व ख्रिश्चन कॉलेज इंदूर, माधव कॉलेज उज्जैन व व्हिक्टोरिया कॉलेज ग्वाल्हेर यांनीही मराठीची सोय करावी अशी विनंती, १५. सर्व हिंदी भाषांनी देवनागरी लिपीचा स्वीकार करावा अशी शिफारस, १६. सर्व मराठी साहित्यसंस्थांनी केंद्रसंस्था म्हणून म. सा. परिषदेस मान्यता देण्यात यावी, १७. मराठी रंगभूमीला १९३० साली पन्नास वर्षे पुरी होत आहेत, तरी त्या प्रसंगी मराठी रंगभूमीचा सागोपांग व सचित्र इतिहास प्रसिद्ध करण्याचे काम म. सा. परिषदेने अंगावर घ्यावे, १८. धुळे येथे होऊ घातलेल्या राजवाडे स्मारक मंदिराला वाङ्सेवकांनी मदत करावी, १९. इंदूर व ग्वाल्हेर दरबारांनी आपल्या कॉलेजातून बी.ए.साठी मराठी विषय शिकविण्याची सोय करावी, २०. आग्रा विद्यापीठाने बी.ए.साठी मराठी विषय ठेवल्याबद्दल आभार, २१. म. सा. परिषदेने मराठी ग्रंथकारांची नोंद ठेवून त्याचे चरित्र व ग्रंथ याविषयी माहिती संग्रहित करावी, २२. श्री. चिं. वि. वैद्य, न. चिं. केळकर, ना. दा. बनहट्टी, कृ. पां. कुळकर्णी, ब. ग. खापर्डे, ना. गो. चाफेकर व य. दा. देसाई यांच्या कमिटीने शुद्धलेखनाविषयी आपला निर्णय आणखी दोन महिन्यांनी म. सा. पत्रिकेतून प्रसिद्ध करावा, २३. वाङ्मयदृष्ट्या बहुमोल असलेल्या कित्येक सरकारजमा पुस्तकांवरील बंदी उठविण्याबद्दल सरकारला विनंती, २४. बेळगाव जिल्ह्यातील महाराष्ट्रीयांनी कानडी भाषेला या जिल्ह्यातील प्रमुख भाषा म्हणून योग्य तो मान द्यावा. त्याबरोबर या जिल्ह्यातील कर्नाटकीय लोकांनीही मराठी ही महत्त्वाची भाषा या नात्याने तिलाही योग्य तो मान द्यावा. २५. पुढील अधिवेशनासाठी गोमंतकांत साहित्यभक्तांनी पाठविलेले निमंत्रण स्वीकारावे अशी म. सा. परिषदेस शिफारस व कोल्हापूर, धुळे, मिरज व अंधेरी येथील निमंत्रणाबद्दल आभार.

११ जून, १९२९

✧

शिरोडे (ता. २८/४/१९३०)

काल संध्याकाळी रेव्हिन्यू कलेक्टर व कस्टम असिस्टंट कलेक्टर हे इकडे आले. बाजारात त्यांना 'शेर शेम'चा अहेर मिळाला. नंतर १००वर स्त्रिया व २००० ग्रामस्थ लोक यांची मिरवणूक निघाली व टोप्यांची होळी करण्यात आली. कस्टमचे लोक व पोलीस यांच्यावर सामाजिक बहिष्कार घालण्यात आला आहे. रात्री देवगिरीकर व राऊत यांची भाषणे झाली. 'अत्याचार करावयाचा नाही, कर द्यावयाचा नाही व सरकारी नोकरांशी सहकार्य करावयाचे नाही' ही नकारत्रयी देवगिरीकर यांनी आपल्या भाषणात सांगितली. आज सकाळी काही सशस्त्र पोलिसांसह डि. पो. सुपरिंटेंडेंट मालवणहून इकडे येऊन दाखल झाले आहेत.

आज ६०६५ सशस्त्र सैनिकांसह डि. पो. सुपरिंटेंडेंट इकडे आले. ते येणार हे आगाऊ समजल्यामुळे मोचेमाडच्या तरीवरील मोटार सर्व्हिस मुद्दाम बंद ठेवली होती. त्यामुळे डि. पो. सु.ला सायकलवरून यावे लागले. सरहद्दीवरून कराशिवाय आणलेल्या मिठापैकी तीन पोती मीठ शेरास एक पैसाप्रमाणे विकण्यात आले. येथील स्थानिक पुढाऱ्यांपैकी कोणासतरी लवकरच पकडण्यात येणार अशी बातमी गावात पसरली आहे.

२९ एप्रिल, १९३०

✧

शिरोडे (ता. २१/४/१९३०)

सत्याग्रही मीठ सोडीनात, तेव्हा पोलिसांनी हिसकाहिसक करून बळजबरीने मीठ काढून धुळीत मिसळले. 'मीठ सोडा नाही तर हात तोडतो' अशी धमकीही देण्यात पोलिसांनी कमी केले नाही. शेवटी, दे.भ. अप्पासाहेब पटवर्धन यांस पकडून सातर्डे येथे नेण्यात आले. बाकी स्वयंसेवक रेडी मुक्कामी जाहीर केल्याप्रमाणे व्याख्याने देऊन शिरोडे कॅम्पमध्ये आले. गावात बरीच खळबळ उडाली आहे. बाजार ताबडतोब बंद ठेवून हरताळ पाडण्यात आला. ता. २० रोजी शिरोडे येथे येण्यासाठी ४२ सत्याग्रही वेंगुर्ले येथे उतरले, आजचा दिवस सरहद्दीवरील सत्याग्रह बंद आहे. तो उद्या सुरू होईल. त्या वेळी शिरोड्यातल्या स्थानिक लोकांप्रमाणेच रेडी येथीलही बरेच लोक भाग घेणार आहेत. संध्याकाळी बायकांची सभा होऊन पाणी आणण्याकरिता त्यांची स्वतंत्र मिरवणूक निघून त्यांनी आगरावरील पाणी आणून कायदेभंग केला. ता. २० रोजी जळगाव-सोलापूरच्या बाजूची एक तुकडी मालवणवरून वेंगुर्ल्यास उतरली व त्यांपैकी ३२ लोक इकडे आले. रात्री देवळात रा. रानडे व राऊत यांची भाषणे झाली. उद्या सकाळी सरहद्दीवर कायदेभंग व्हावयाचा आहे. दे.भ. अप्पासाहेब पटवर्धन यांस पकडल्यावर सातर्डे येथे नेण्यात आले व नंतर तेथून सावंतवाडीवरून त्यांस वेंगुर्ले येथे नेऊन ठेवण्यात आले आहे. सत्याग्रहींचे आधिपत्य स्वीकारण्याकरिता बांबुळीचे (सावंतवाडी संस्थान) श्री. पंडित इकडे आले आहेत.

२२ एप्रिल, १९३०

शिरोडे येथील कायदेभंग
ता. २१ एप्रिल १९३०

दडपशाहीचा दुसरा बळी

दे.भ. अप्पासाहेब पटवर्धन यांना शनिवारी पकडण्यात आल्यानंतर सत्याग्रही स्वयंसेवकांचे पुढारीपण दे.भ. रानडे यांनी स्वीकारले. समर्थ विद्यालयाच्या या सामर्थ्यवान अध्यापकांनी जाहीर व्याख्यानांच्या द्वारे लोकांना सत्याग्रहात भाग घेण्याविषयी उपदेश केला. सोमवारी मोहिमेचे धुरीणत्व– स्वत:ला पकडण्याचे वॉरंट सुटले आहे हे माहीत असूनही– स्वीकारले. परस्थ सत्याग्रहाच्या जोडीला अनेक स्थानिक सत्याग्रहीही या स्वारीत चमकत होते. राजकीय चळवळीपासून प्राय: अलिप्त असलेल्या या भागातील तरुण वर्गाने दाखविलेले धैर्य नि:संशय प्रशंसनीय आहे. सोमवारचा कायदेभंग पाहण्याकरिता गोवे अंमल व ब्रिटिश अंमल यांच्या सरहद्दीवरील प्रांत नुसता फुलून गेला होता. सत्याग्रहांनी गोवे हद्दीत जाऊन मीठ आणले. ब्रिटिश हद्दीत प्रवेश करताना, पोलिसांनी त्यांच्या हातून ते हिसकावून घेण्याचा प्रयत्न केला. एकट्या मनुष्याला पाच-पाच सहा-सहा पोलिसांनी घेरले. या झोंबाझोंबीत वऱ्हाड नागपुराकडल्या एका स्वयंसेवकाचा पाय मुरगळला. सत्याग्रहींनी 'हात तुटो, पण मीठ न सुटो' या बाण्याने वागून मीठ शिरोड्याला आणले. हा झगडा पाहावयाला जमलेले अनेक लोक पाच-पाच पोलिसांनी एका माणसाला घेरण्याचा अन्याय पाहून चिडून गेले होते; परंतु 'नवाकाळ' पत्राचे उपसंपादक श्री. राऊत यांनी त्यांना कह्यात ठेवल्यामुळे सर्व गोष्टी शांततेने पार पडल्या. शेवटी, 'तुमचा पुढारी कोण?' या प्रश्नाचा भाग होऊन दे.भ. रानडे यांना अटक करण्यात आली. रानड्यांना तत्काळ सातर्डे येथे नेण्यात आले. जेवणाच्या व्यवस्थेविषयी प्रश्न होताच.

आधी चरका; मग जेवण

असे उत्तर त्यांनी दिले. मंगळवारी सकाळी त्यांस शिरोड्यावरून वेंगुर्ल्याला पाठविण्यात आले. शिरोड्यामध्ये त्यांना हार वगैरे घालून त्यांचा सन्मान करण्यात आला.

तुम्हीच पुढारी व्हा

सोमवारी सायंकाळी 'चित्रमय जगत्'चे संपादक श्री. देवगिरीकर हे येथे दाखल झाले होते. रात्री देवळात त्यांचे स्पष्टोक्तिपूर्ण भाषण झाले. मिठाचा कायदेभंग समुद्राकाठी राहणाऱ्या लोकांनीच करावा; त्याच्यासाठी बाहेरून माणसे किती दिवस येणार व ती पुरवणार तरी कशी, हा त्यांचा सवाल मार्मिक होता. मिठाच्या कायदेभंगाची मोहीम ही स्वराज्यमंदिराकडे जाणाऱ्या सोपानाची पहिली पायरी आहे. साराबंदीची चळवळ यशस्वी होईल, तेव्हाच स्वराज्य पदरात पडेल. सरकारच्या नाकात नुसत्या काड्या घालून सरकार तोंड उघडणार नाही; त्याला सरकारचे नाकच दाबले पाहिजे, अशा आशयाचे त्यांचे भाषण परिणामकारक झाले.

ता. २२ व २३ एप्रिल

ता. २२ रोजी दे.भ. देवगिरीकर यांचे वेंगुर्ल्याला व्याख्यान होते. रात्री श्रीमाऊलीच्या देवळात ते व दे.भ. सहस्रबुद्धे यांची व्याख्याने झाली. तुरुंगाच्या बागुलबोवाला न भिण्याचा त्यांनी उपदेश केला. ता. २३ रोजी सकाळी बरोबर ६ वाजता कायदेभंगाकरिता सत्याग्रहींचा समुदाय रेडीच्या वाटेने चालू लागला.

पाचाचे पाचशे

पहिल्या कायदेभंगात स्थानिक लोक हाताच्या बोटांवर मोजण्याइतकेच होते. पण बुधवार, ता. २३ रोजीच्या कायदेभंगात स्थानिक तीनचारशे लोकांनी भाग घेतला व क-का-ची बाराखडी शिकविणाऱ्या शिशुपासून दृष्टिहीन म्हणणाऱ्या वृद्धापर्यंत सर्व प्रकारचे लोक या कायदेभंगात सामील झाले होते. अस्पृश्य लोकांनीही इतर सर्व जमातीच्या लोकांप्रमाणे त्यात भाग घेतला. मीठ ब्रिटिश हद्दीत आणताना पोलिसांनी दोन तुकड्या तशाच जाऊ दिल्या व गनिमी काव्याने घेरली. कुणाचे सदरे फाटले, कुणाच्या कोटाची बटणे तुटली; परंतु प्रत्येकाने मीठ घरी आणले. दे.भ. पटवर्धन व रानडे यांना पकडणाऱ्या कायद्याला या पाचशे लोकांनी आणलेले मीठ दिसलेच नाही; कारण आज कुणालाही अटक करण्यात आली नाही. कायदेभंगाने

देशाचे भविष्य अधिक उज्ज्वल होईल हे सिद्ध करण्याकरिताच की काय, आज अनेकांच्या घरी काळ्या मिठाऐवजी पांढरेशुभ्र मीठ चमकताना आढळले. दुपारी तीन वाजता स्त्रियांची सभा होती. सभेनंतर सुमारे शंभर स्त्रियांनी आगरावर जाऊन पाणी आणून मिठाचा कायदा मोडला.

६ महिने सक्तमजुरी

दे.भ. पटवर्धन व दे.भ. रानडे यांची चौकशी ता. २२ रोजी होऊन निकाल बुधवारी सांगण्यात आला. प्रत्येकाला सहा महिन्यांची सक्तमजुरीची शिक्षा झाली. दोघांखेरीज कायदेभंग करणारे बाकीचे पाचशे सरकारच्या दृष्टीने गुन्हेगार ठरतात की नाही? की न्यायदेवता आंधळी असते या सूत्राचे सत्यत्व एकाच अपराधाबद्दल एकाला शिक्षा करून तोच अपराध करणाऱ्या इतरांना शिक्षा न करण्याचे सरकारने ठरविले आहे?

ज्वाला तरी ते वरती उफाळे

दे.भ. पटवर्धन व रानडे यांना शिक्षा झाल्यामुळे येथील कार्यकर्त्यांचा उत्साह द्विगुणित झाला आहे. सत्याग्रह साहाय्यक मंडळाने शिरोड्यात दोन-अडीचशे रुपये जमविले आहेतच. बुधवारी थोड्या तासांच्या अवधीत आरवलीत जवळजवळ शंभर रुपये मदतीदाखल गोळा झाले. ता. २२ रोजी आरवदे येथे १५० रुपये मिळाले असे कळते.

काही मौजा

सामाजिक बहिष्काराचे शस्त्र किती तीव्र असते, याचा अनुभव या चळवळीच्या निमित्ताने आपल्या राजनिष्ठेचे प्रदर्शन करणाऱ्या काही लोकांना आला. बिचाऱ्यांना चहाची दुकाने चहा देत नाहीत व खाणावळी जेवायला घालीत नाहीत! सत्याग्रह्यांशी झोंबाझोंबी करण्याकरिता गोळा केलेल्या पोलीस शिपायांनाही शिरोडे-आरवलीत शिधा मिळण्याची मारामार झाली आहे. बिचारे पोटासाठी सरकारची नोकरी करून मिठाला जागण्याचा प्रयत्न करतात; पण सामाजिक बहिष्काराने पोटे बांधून कामे करण्याचीच पाळी त्यांना येणार की काय, कुणाला ठाऊक! शिपाई सरकारने इकडे गोळा केल्यामुळे गोवे व ब्रिटिश अंमल यातील दळणवळण वाहू लागले आहे अशी बोलवा आहे. सरकारचे डोळे जे पोलीस, ते शिरोड्याला गोळा झाल्यावर सरहद्दीवरील

सर्व नाक्यांकडे सरकारचा काणाडोळा व्हावा हे स्वाभाविकच आहे. मिठाचा कर रद्द करण्याची देशभक्तांची सात्त्विक चळवळ चालली आहे; पण या वेळी सरहद्दीनजीकच्या गावी आगपेट्या, साबण वगैरे वस्तूही स्वस्त होण्याचा संभव आहे.

गेल्या सोमवारी एक गुजराती गृहस्थ आपल्या मुलाला हुडकण्याकरिता येथे आले होते. त्यांच्या सात-आठ मुलांपैकी एवढाच काय तो वाचलेला. आई अंथरुणावर खिळली असताना आईची आई ही मातृभूमी त्याच्या हाकेसरशी हा मुलगा कायदेभंगाच्या सैनिकांत येऊन दाखल झाला. विलेपार्ल्यापासून सत्याग्रह्यांची प्रत्येक छावणी धुंडाळीत येणाऱ्या बापाचे पितृप्रेम व या एकुलत्या एक मुलाचे देशप्रेम यांपैकी कुणाच्या बाजूने निवाडा द्यावा, याचे प्रत्येकाला कोडेच पडले.

तारीख २५/४/१९३०

सकाळी जवळजवळ ३०० लोक मिठाचा कायदेभंग करण्यास तेरेखोल येथे गेले. या वेळी सत्याग्रहींनी गनिमी कावा चढविला. स्वयंसेवकांच्या दोन तुकड्या करून एका तुकडीने २-३ किलो मीठ स्वयंसेवकांच्या संरक्षणाखाली दुसऱ्या चौकीवरून नेले व बाकीच्यांनी ज्या चौकीवर जवळजवळ १०० पोलिसांच्या रांगा होत्या, त्या रांगांमधून मीठ आणले. मीठ आणल्यावर श्री. देवगिरीकर यांचे स्फूर्तिदायक भाषण झाले. दे.भ. शंकरराव देव आजच इकडे आले होते. रेडी येथे त्यांचे भाषण झाले. ते म्हणाले, "रत्नागिरी जिल्ह्यात जागृती मुळी व्हायची नाही. लोक फार थंड प्रकृतीचे आहेत. इकडे ही चळवळ यशस्वी होणे शक्य नाही असे इकडील काही लोकांनी मला माझ्या मागील दौऱ्याच्या वेळी म्हटले होते. पण आता रत्नागिरी जिल्ह्याचा उत्साह पाहण्यासारखा आहे. लोक निधड्या छातीने चळवळीत शिरत आहेत. खुद्द शिरोड्याचा उत्साह तर वर्णनातीत आहे. शिरोड्याचे नाव या चळवळीच्या व स्वातंत्र्ययुद्धाच्या इतिहासात सुवर्णाक्षरांनी लिहून ठेवावे लागेल." आज संध्याकाळी स्त्रियांनी आपले नाव स्वयंसेविका म्हणून नोंदवले. मुंबईच्या गेल्या वेळच्या मिठाच्या चळवळीला उद्देशून जे पत्र सिद्ध झाले आहे, ते किती स्वार्थबुद्धीने लिहिलेले आहे व वस्तुस्थितीचा त्यात किती विपर्यास आहे, हे श्री. देवगिरीकर यांना रात्री झालेल्या आपल्या भाषणात दाखवून दिले. नंतर श्री. राऊत यांनी उद्या विद्यार्थ्यांची मिरवणूक काढावी व परदेशी कापडाची होळी करावी, असे सांगितले. श्री. देवगिरीकर यांचे रात्री टाकावरही भाषण झाले.

तारीख २६/४/१९३०

कालपासून सत्याग्रह मंडळींत सत्याग्रही म्हणून कोणीतरी गुप्त पोलिसांचा हस्तक घेऊन राहिला आहे अशी कुणकुण ऐकू येत होती. शेवटी, ती खरी ठरून या इसमास हाकलून देण्यात आले. दुपारी तीन वाजता श्री. देवगिरीकर व राऊत यांची भाषणे झाली. संध्याकाळी विद्यार्थ्यांची मिरवणूक काढण्यात आल्यावर रात्री नेहमीप्रमाणे व्याख्यानांचा कार्यक्रम झाला.

२९ एप्रिल, १९३०

शिरोडे येथील कायदेभंग

सेनापतीची तुरुंगात रवानगी पुढाऱ्यांना अटक, दरोग्यांचा राजीनामा तारीख २८/४/१९३०

पोलिसांचे प्रदर्शन

दे.भ. रानड्यांना अटक होऊन एक आठवडा झाला. पटवर्धन-रानड्यांना सहा सहा महिन्यांची सक्तमजुरी मिळाल्याची बातमी कळून चार-पाच दिवस लोटले; तथापि लोकांचा उत्साह वाढतच आहे, हे पाहून सरकारला काय वाटत असेल याची कल्पना करावी. कलेक्टरसारखा अधिकारी दूरच राहो. मामलेदार अगर कोतवाल आला, तरी त्याची बडदास्त ठेवण्याकरिता जे लोक जिवाचे रान करीत असत, तेच आज कायदेभंग करणाऱ्या लोकांना मदत करीत असल्याचे दृश्य दिसू लागले आहे. वाळलेल्या गवतात तेज नसले, तरी ठिणगीचा स्पर्श होताच त्याच्यातून ज्वाळा प्रकट होतात, हा अनुभव शिरोड्याच्या बाबतीत आला. पुढाऱ्यांच्या शिक्षेने लोक घाबरत नाहीत असे पाहून त्यांना भिवविण्यासाठी आज ६०-६५ सशस्त्र पोलिसांची पार्टी येथे दाखल झाली.

मोटार नाही

पोलीसपार्टी वेंगुर्ल्याहून मोचेमाडपर्यंत मोटारीने आली. मोटारी दिल्या नाहीत, तर तुमचे परवाने काढून घेऊ अशी धमकावणी दिल्यामुळेच त्यांना वेंगुर्ल्याहून मोटारी मिळाल्या असे म्हणतात; पण वेंगुर्ल्याच्या मोटारींनी स्नेहभावाने पाण्यापर्यंत त्यांना पोहोचविले तरी पाण्यापलीकडे काय होते? शुकशुकाट! 'जो स्वतःच्या पायांनी चालतो त्यालाच मुक्काम गाठता येतो' हा अनुभव घेण्याखेरीज पोलिसांना

गत्यंतरच उरले नाही. खुद्द कलेक्टरसाहेबांनाही जिथे सायकलस्वार व्हावे लागले, तिथे इतरेजनांची काय कथा? जबरदस्तीने एका मोटारीचा उपयोग करण्यात आला अशी बोलवा आहे. पण त्या मोटारीच्या मालकांनी सरकारी अधिकाऱ्यांना मोटार न देण्याचे आधीच कबूल केले असल्यामुळे त्या बाबतीत विशेष असे काहीच घडून आले नाही. क्षुब्ध समुद्रात होडी जशी वाटेल तिकडे फेकली जाते, त्याप्रमाणे क्षुब्ध वातावरणातही भलभलत्या बाता उठत असतात. वरील मोटारीच्या ड्रायव्हरला चोप दिल्याची बातमी अशीच फैलावली होती; पण तिच्यात तथ्यांश मुळीच नाही.

पोलिसांचा सोमवार

बहुजन समाजावर दरारा बसविण्यासाठी आलेल्या पोलिसांच्या हातांत सर्व दिवसभर लाठ्या होत्या; पण पोटात मात्र काहीच नव्हते. दयाळू इंग्रज सरकारने आपल्या या एकनिष्ठ नोकरांना सोमवारच्या उपासाचे पुण्य घेऊ दिले यात नवल वाटण्यासारखे काहीच नाही. चहापासून तांदळापर्यंत कुठलीही वस्तू पोलिसांना मिळणे शक्य नसल्यामुळे लंघनाचे फायदे किती असतात याचा विचार करीत व बोंडू खात त्यांना दिवस घालवावा लागला. वेंगुर्ल्याची मोटारींची रहदारी बंद होती व सावंतवाडीहून येणाऱ्या मोटारीही आजगावच्या हद्दीतच थांबत होत्या. या मोटारीतून उतरून गावात येणाऱ्या मनुष्याच्या दृष्टीला एक अभूतपूर्व देखावा त्या दिवशी दिसत होता. हा देखावा म्हणजे, पोलीस लाइनपुढील पुलाजवळ लाठ्या घेऊन फिरणाऱ्या पोलिसांचे दर्शन हा होय.

ब्लडीफुल विरुद्ध स्टुपिड

काल कलेक्टर आल्या वेळी एका दारूबाजाने मोटारीपुढे उभा राहून ती चालवू दिली नाही व त्यांना ब्लडीफुलचा अहेर केला. सत्याग्रहांपैकी श्री. पंडित यांना मदतभक्तांची ही लीला कळताच त्यांनी येऊन त्याला तेथून नेले. दारूबंदीकरिता गांधीजी का खटपट करीत आहेत हे 'ब्लडीफुल' प्रकरणावरून तरी कलेक्टरांच्या लक्षात येईल काय? दारूच्या तारेवरील त्यांचे हे उद्‌गार हास्यास्पद ठरतील; पण पोलीस अधिकाऱ्यांनी सत्याग्रह्यांना 'स्टुपिड' म्हणणे हे कितपत योग्य होईल? देशभक्त देवगिरीकर व देशभक्त राऊत हे वेंगुर्ल्याला गेले होते. Have those stupid come? हे वाक्य अधिकाऱ्याच्या धुंदीचे निदर्शक आहे. महात्मा गांधींना दारूच्या धुंदीप्रमाणे सत्तामदही देशातून नाहीसा करावयाचा आहे, हे असले विलाप काढणाऱ्या अधिकाऱ्यांनी अवश्य लक्षात ठेवावे.

महात्मा गांधी की जय

संध्याकाळी कलेक्टर वगैरे अधिकाऱ्यांना गावातून फिरण्याकरिता मोटार न मिळाल्यामुळे त्यांना पायीच हिंडावे लागले. माऊलीच्या देवळाकडे सत्याग्रहाचे शिबिर पाहण्यास ते गेले, तेव्हा शेकडो लोक गोळा झाले व 'वन्दे मातरम्' 'महात्मा गांधीजी की जय' या गर्जनांनी भोवतालचा भाग दणाणून गेला. बाजारात पोलीसपार्टीचे कवायतींचे प्रदर्शन झाले. रात्री अंधारातही पोलीस पहारा करीत होतेच. माऊलींच्या देवळाभोवतालच्या आवाराला चार दरवाजे आहेत. त्या सर्वांवर स्वयंसैनिक पहारा करीत असल्यामुळे पोलीस-शिपायांची डाळ मुळीच शिजली नाही. सेनापतीच्या हुकमावाचून आम्ही तुम्हाला आत सोडीत नाही, असे रोखठोक उत्तर स्वयंसैनिकांनी दिल्यामुळे पोलिसांना निराश होऊन परत जावे लागले.

सरकारचा उद्देश

रात्री नित्याप्रमाणे भाषणे झाली. देशभक्त देवगिरीकर यांनी शांततेचे रक्षण करण्याच्या सबबीखाली सरकारने पोलीस आणले आहेत. पण पोलिसांमुळेच कुरापत निघून शांततेचा भंग होण्याचा संभव असतो, हे सरकारने लक्षात ठेवावे, असे स्पष्ट सांगितले.

मीठ सोडा, नाहीतर मला पकडा

श्री. बेडेकर नावाचे एक स्वयंसैनिक आज एकटेच तेरेखोलला जाऊन मीठ घेऊन आले. त्यांनी मीठ घेऊन यावे व पोलिसांनी हिसकाहिसकी करून ते धुळीत सोडून टाकावे, असा प्रकार चार-पाच वेळा झाला. पण ते हटले नाहीत असे पाहून त्यांना सलवण सोडण्यात आले. मीठ घेऊन आल्यानंतर त्यांचे रेडी येथे भाषण झाले.

मंगळवार, ता. २९/४/१९३०

तुळशीत भांग

स्वयंसैनिकांपैकी सरकारचा गुप्तहेर म्हणून एका मनुष्याला हाकून देण्यात आले. ही बातमी पूर्वी कळविली आहे. चौकशीअंती असे समजते की, त्याच्यावर

आलेला गुप्तहेराचा आरोप पूर्णपणे खरा नाही. बिचारा चहार्थी व सिनारेअर्थी असल्यामुळे पोलिसांच्या चिरीमिरीला भुलून त्यांना सत्याग्रहाविषयीच्या बातम्या पुरवीत असे. त्याच्याकडे टपालाचेही काम होते असे म्हणतात. चोराच्या हातात जामदारखान्याच्या किल्ल्या!

तारांचे अपमृत्यू

सत्याग्रही लोकांच्या येथून विलेपार्ले वगैरे ठिकाणी जाणाऱ्या तारा वेळेवर पोहोचत नाहीत असे आढळून आले. एकदा तार घेतली, की ती इष्ट स्थळी पोहोचविणे हे सरकारचे कर्तव्य आहे. पण या बाबतीत इथे काय अगर बाहेरगावी काय, कायदेभंग करण्याची सरकारला लहर आली आहे असे वर्तमानपत्राच्या बातम्यांवरून दिसते. पुढारी व स्वयंसैनिक यांची कुमक मागण्याकरिता येथून मनुष्यच रवाना करण्यात आला आहे.

गांधी टोपीचे राज्य

जिकडे पाहावे, तिकडे गांधी टोपीच दिसत आहे. शाळातल्या मुलांच्या डोक्यावर ती बसावी यात नवल नाहीच; पण वृद्धाच्याही डोक्यावर तिची पांढरी, हसरी मूर्ती विलसू लागली आहे. व्यापारी, भिक्षुक, न्हावी वगैरे भिन्नभिन्न व्यवहारांच्या लोकांमध्ये अशा रीतीने शिरस्त्राणाचे वेड उत्पन्न झाले आहे.

स्त्रीवर्गातील जागृती

पुरुषांप्रमाणे स्त्रियांनीही मिठाचे पाणी वारंवार आणले असून देशभक्त राऊत यांच्या घरी त्याच्या पत्नीकडे सूत काढण्याचे शिक्षण घेण्याकरिताही काही स्त्रिया जात असतात. त्यांच्या एकनिष्ठेचे एकच उदाहरण दिले तरी पुरे होईल. अंथरुणाला खिळलेल्या व चालण्याची फारशी शक्ती नसलेल्या एक बाई सूत काढण्याकरिता सौ. राऊत यांच्याकडे गेल्या होत्या. उन्हाच्या त्रासाने व चालण्याच्या प्रमाणे त्यांना तिथेच मूर्च्छा आली व ती बराच वेळ टिकली.

मिठागराचा जीर्णोद्धार

मिठावर कर बसविण्याची युक्ती सरकारच्या सुपीक डोक्याला सुचली, तेव्हा

सर्व ठिकाणचे अनेक जुने मिठागर कळविण्यात आले. मालवणला सत्याग्रही मंडळी अशाच एका बुडविलेल्या मिठागराचा पुनरुद्धार करीत आहेत. येथेही चालू नसलेला एक मिठागर तयार करून मीठ काढण्याची कल्पना अमलात येऊ लागली आहे. या मिठागराचे रक्षण नेहमी स्वयंसैनिक करीत असतात.

आरंबदे येथे जाणाऱ्या पायवाटेच्या रस्त्यावर पुलाजवळ एक छोटासा आगर शिरोड्याच्या लोकांनी बनविला आहे. आज सकाळी मिठाची कोंडी फोडण्यासाठी पोलीस येत आहेत अशी बातमी कळल्यावर स्वयंसेवकदल त्या जागी धावून गेले.

गनिमाच्या आक्रमणाची वर्दी

शिंग व नगारा वाजवून सर्वांस जाहीर करण्यात आले. शिंगाचा आवाज कानी पडताच हातातले काम तसेच टाकून, शेकडो लोक आगराकडे धावत निघाले. दुकानदारांना आपली दुकाने पुरती बंद करण्याचादेखील अवसर मिळाला नाही. हां-हां म्हणता आगरावर हजार-दीड हजार लोकांचा समुदाय जमला. कोंडीभोवती स्वयंसेवकांची एक व गावच्या दोन अशा तीन साखळ्या बनविल्या. काही वेळ ही मंडळी उन्हात उभी होती आणि पोलीस सावलीत राहून हे दृश्य पाहत होते. थोड्या वेळाने पोलीस इन्स्पेक्टर, अव्वल कारकून व मॅजिस्ट्रेट २/३ पोलिसांसह कोंडीच्या जागी आले व 'तुमची कोंडी आम्ही मोडीत नाही; पण ही जमीन सरकारी असल्यामुळे तुम्ही आपण होऊन ही जमीन खाली करून द्यावी' वगैरे बोलू लागले. यावर येथील रामभाऊ परब यांनी जमीन 'इंग्रजांकडून विलायतेहून आणली काय?' असा रोखठोक सवाल केल्यावर मॅजिस्ट्रेटसाहेब जरा नरमले. नंतर चार वाजेपर्यंत आम्ही कोंडी मोडत नाही. तोपर्यंत आपण होऊन जागा खाली करा अगर बंगल्यावर माणूस पाठवून आम्हास काय ते कळवा, असे सांगून व तेथे १/२ पोलीस ठेवून आपण निघून गेले. पोलिसांबरोबरचे इन्स्पेक्टर हिंदूच होते. त्यांना श्री. देवगिरीकर म्हणाले, "दुसरा कोणी युरोपियन अधिकारी असता तर आम्ही या गोष्टी का करतो, हे त्याला समजावून सांगावे लागले असते."

तुम्ही हिंदू आहात

'तुम्हा हिंदी माणसांना आम्ही सांगण्याची जरुरी नाही' मिठागरावर पोलिसांची स्वारी कशी होईल याचा नेम नसल्यामुळे स्वयंसैनिकांचा खडा पहारा तेथे ठेवला आहे.

पुढे काय करावे याचा खल चालला असता सेनापती देवगिरीकर पोलिसांना म्हणाले, "आम्ही देशासाठी हालअपेष्टा सोशीत असतो. तुम्ही आम्ही एकाच

रक्तामांसाचे हिंदी असता सावलीत बसून चैन करीत असलेल्या साहेबाचा हुकूम पाळावा व आम्हास त्रास द्यावा हे तुम्हास लांछनास्पद वाटत नाही काय?''

नंतर जमीन सरकारी की खासगी याची चौकशी सुरू असता अचानक जमीन खासगी असल्याचे पुराव्यानिशी सिद्ध झाले. जमीन सरकारी असती तर सत्याग्रह करून मीठ पिकविण्याचा सर्वांचा बेत होताच.

संध्याकाळी तीन वाजता स्वयंसेवकदल पुन्हा कोंडीच्या रक्षणार्थ सज्ज झाले. साडेसहा वाजेपर्यंत वाट पाहूनही कोणी आले नाही असे पाहून त्याच जागी सर्व ग्रामस्थांनी व स्वयंसेवकांनी श्रमाच्या पद्धतीप्रमाणे सुमारे अर्धा तास प्रार्थनागीत वगैरे कार्यक्रमपार पाडला व कोंडीच्या रक्षणाकरिता पंचवीस स्वयंसेवक व इशाऱ्यासाठी रणभेदी ठेवून इतरांनी घरी प्रयाण केले. रात्री नेहमीप्रमाणे देवळात व्याख्यानांचा कार्यक्रम झाला. आजच्या दिवशीचे देशभक्त देवगिरीकर यांचे व्याख्यान अप्रतिम झाले. रात्रीची प्रशांत वेळ समोर त्यांचे अमृतासारखे बोल ऐकण्यास उत्सुक असलेला प्रचंड मानवसागर व त्या दिवशीच्या विजयामुळे आनंदित झालेले वक्ते हा योग खरोखर दुर्लभ होता व तो दुर्लभ होता हे दुसऱ्या दिवशी सिद्ध झालेच. त्या रात्री सेनापती देवगिरीकरांच्या वाणीतून नवचैतन्य नुसते स्फुरत होते. उद्याच्या अटकेबद्दल त्यांस स्वप्न पडते ते काय कोणजाणे, त्यांचा एक-एक शब्द अंत:करणाचा ठाव घेत होता. सागराप्रमाणे भासणारा लोकसमुदाय तटस्थ होऊन त्यांचे शब्द आत्मसात करीत होता. रात्री बारा वाजल्यावर त्यांचे व्याख्यान संपले व लोक घरोघर निघून गेले.

शिरोड्यात क्लाइव्ह

येथील ॲक्टिंग दरोगे श्री. नायर यांना सत्याग्रहाच्या मिठागराची जागा दाखविण्याबद्दल या वरिष्ठ अधिकाऱ्याकडून विनंती करण्यात आली, 'ते काम माझे नाही' असे त्यांनी प्रत्युत्तर दिले. नंतर साहेब मजकुरांनी त्यांना दरोगा याची जागा कायम मिळेल असे मधाचे बोट दाखविल्यामुळे असो अगर अन्य कारणांमुळे असो, श्री. नाबरसाहेबांना तिकडे घेऊन गेले. अफवांत ही हकिगत कळताच श्री. नाबर ज्या जागेत राहत होते, त्याच्या मालकाने त्यांना चोवीस तासांची नोटीस देऊन घर खाली करण्यास सांगितले. लोकमत खवळलेले पाहताच, श्री. नाबरांनी राजीनामा लिहिला व आपण राजीनामा देत आहोत हे सांगून लोकमत शांत केले. श्री. नाबर यांचा राजीनामा स्वीकारण्यात आला नसून त्यांना दोन महिन्यांची रजा देण्यात आली आहे, असे समजले.

सरकारचे मीठ अळणी

कायदेभंगाच्या मोहिमेमुळे गावातील दुकानात मीठ मिळेनासे झाले आहे. मीठविक्रेता असणाऱ्या दुकानदारांना तुम्ही मीठ का घेऊन ठेवत नाही असे अधिकाराने विचारण्यात आले. 'बाजारात मीठ नाही, त्याला मी काय करावे?' असे उत्तर दिले. त्याने परवाने काढून घेतले. त्यांच्यावर अस्त्राचाही मारा झाला. त्यांच्या मालकांनीही मीठ खपत नसल्यामुळे त्याविषयींच्या तक्रारी सांगितल्या. हप्ता देण्यासाठी त्यांना सहा महिन्यांची जादा सवलत देण्यात आली, असे म्हणतात.

बुधवार, ता. ३०/४/१९३०

पोत्यातून मांजर बाहेर पडले

साठ सशस्त्र पोलिसांची शिरोड्यात स्थापना करण्याचा उद्देश केवळ लोकांना भिवविणे हा होता, असे पुष्कळांना वाटत नव्हतेच. सत्याग्रही मिठागर मोडण्याचा सरकारचा उद्देश होता, अशी बहुतेकांची कल्पना होती व जी धरपकड होईल ती मिठागरावरील सामन्यावेळीच होईल, असा सर्वांचा कयास होता. अमक्यावर वॉरंट सुटले आहे, तमक्याला शिक्षा होणार आहे, अशा भुमका अनेक दिवस गाजलेल्या आहेत. या आधारहीन बातम्यांना माघार घेण्याइतके येथील लोक काही कच्च्या गुरूचे चेले नाहीत.

कालच्याप्रमाणेच पोलीसकोंडी फोडावयास म्हणून शेकडो लोक तिकडे जमा झाले. कोंडीजवळ माणसांना बोलविण्याची एक मार्मिक योजना करण्यात आली आहे. जवळ ठेवलेले शिंग वाजल्याबरोबर श्री. देवगिरीकरांच्या देवळातील मोठा नगारा वाजण्यास सुरुवात होते व २/४ मिनिटांत शेकडो माणसे घटनास्थळी जमा होतात. त्या दिवशी स्वयंसेवकांची सकाळची न्याहारी चालली होती. जवळ शेकडो लोक होते. इतक्यात, इन्स्पेक्टरसाहेब १०/१२ पोलिसांना घेऊन पुढाऱ्यांस गिरफ्तार करण्यासाठी आले व सेनापती देशभक्त देवगिरीकर व देशभक्त उ. भी. राऊत यांना पकडले आहे, असे सांगून जमलेल्या लोकांस पांगावयास सांगितले असल्यास सांगावे अशी परवानगी दिली. त्या वेळी साठ सशस्त्र पोलिसांचा सरकारने ताफा का उभारला, ते लोकांस कळले. या वेळची लोकांची स्थिती वर्णनातीत होती.

डोळ्यांत आसू व तोंडावर हसू अशी प्रत्येकाची स्थिती झाली होती. ही पकडापकडी म्हणजे, आपल्या कार्याच्या विजयाचे चिन्ह अशा कल्पनेने त्यांना

आनंद होत होता, तर आपला आधार, आपले चैतन्य, आपला प्राण देशभक्त देवगिरीकर हे आता आपणापासून दूर चालले म्हणून रडू येत होते.

यशस्वी सेनापती

देशभक्त देवगिरीकर यांची आठ दिवसांची कार्यवाही अत्यंत यशस्वी झाली यात संशय नाही. त्यांच्या मार्मिक, तेजस्वी व स्पष्टोक्तिपूर्ण भाषणांची आठवण शिरोड्याचे लोक कधीही विसरणार नाहीत. 'चित्रमय जगत्'चे आशिया अंक, औद्योगिक अंक इत्यादी अंक ज्यांनी वाचले असतील, त्यांना देवगिरीकरांच्या व्यासंगाची यथार्थ कल्पना असेलच. आदल्याच रात्री त्यांना सरकारी नोकरांवर जो कडाका उडविला, तोही परिणामकारक होता. आठ दिवसांत शिरोडे, वेंगुर्ले, आरवली, टांक वगैरे ठिकाणी त्यांनी अनेक भाषणे केली. खणखणीत आवाज, सणसणीत विचारसरणी यांच्यामुळे त्यांची भाषणे लोकप्रिय व परिणामकारक झाली. शिरोड्याच्या चळवळीला ता. २१ एप्रिलपासून ता. ३० एप्रिलपर्यंत जे यशस्वी स्वरूप आले, त्याचे निम्मे अधिक श्रेय त्यांनाच दिले पाहिजे.

लढत राऊत

देशभक्त उ. भि. राऊत हे मूळचे शिरोड्याचेच. त्यांचे दुय्यम शिक्षण सावंतवाडी येथील हायस्कुलात झाले असून पहिल्या स्वदेशी चळवळीच्या वेळी सावंतवाडीतील विद्यार्थ्यांनी जी हालचाल केली, तिच्यात ते पुढारी होते. त्यांचे शिक्षण बी.ए.पर्यंत झाले असून गांधीजींची असहकारितेची चळवळ सुरू होईपर्यंत ते सुटाबुटात असत असे सांगतात. पण असहकारितेच्या चळवळीत ते नखशिखांत बदलले व गेली दहा वर्षे गांधीजींची तत्त्वे यथाशक्ती अमलात आणण्याचा कसून प्रयत्न करीत आहेत. गांधीजींची शिकवण कथारूपाने सांगण्याकरिता त्यांनी 'राष्ट्रसेवा' नावाचे पुस्तक लिहिले आहे. येथील 'समर्थाश्रम' ही सूत काढणारी संस्थाही त्यांच्याच घरी असते. त्यांची मुलगी फार चांगले सूत काढते.

देशभक्त राऊत इकडचेच असल्यामुळे चळवळीच्या पहिल्या दिवसापासून लोकांना ताब्यात ठेवणे, सर्व गोष्टी समजावून सांगणे इत्यादी गोष्टींत त्यांनी बहुमोल काम केले.

गाड्याबरोबर नळ्याला यात्रा

देशभक्त देवगिरीकर व देशभक्त राऊत यांना ११७ कलमाखाली अटक झाली. सरकारच्या डोळ्यांत सलण्यासारखे त्यांचे कार्य होते यात संशय नाही; पण या दोघांबरोबर येथील रहिवासी श्री. रघुनाथ रामचंद्र राजाध्यक्ष यांनाही १२४ कलमाखाली अटक करण्यात आली. देशभक्त देशपांडे आले, तेव्हा व इतर एक दोन वेळा श्री. राजाध्यक्ष यांनी प्रास्ताविक भाषणे केली होती. त्या भाषणांमुळेच जर त्यांना अटक झाली असेल, तर मिठाचा कायदा राजरोसपणे मोडणाऱ्या सर्व लोकांना सरकार का अटक करीत नाही? श्री. राजाध्यक्षांची अटक हा बागुलबोवा आहे; पण त्याला भिऊन मागे हटण्याइतके शिरोड्याचे लोक भित्रे नाहीत, हा अनुभव सरकारला येईलच.

तीन मैल मिरवणूक

देशभक्त देवगिरीकर, राऊत व राजाध्यक्ष यांची शिरोड्यापासून टाकाच्या नदीपर्यंत लगेच मिरवणूक निघाली. लोकसमुदाय हजारांपेक्षाही अधिक होता. 'स्वातंत्र्यलक्ष्मी की जय', 'देवगिरीकर की जय', 'राऊत की जय', 'हवालदार की जय' (श्री. राजाध्यक्ष यांचे हवालदार हे वैकल्पिक नाव आहे.) इत्यादी घोषणा एकसारखी ऐकू येत होत्या. सॉल्ट व रेव्हिन्यू यांच्या असिस्टंट कलेक्टरांनाही या मिरवणुकीबरोबर पायीच चालत जावे लागले. वनवासाला निघालेल्या प्रभू रामचंद्राचा निरोप गंगा नदीच्या तीरावर घेऊन अयोध्येचे लोक जसे मागे फिरले, त्याप्रमाणे टाकाच्या नदीवरून देशभक्त देवगिरीकर वगैरे पुढाऱ्यांचा वंदनपूर्वक निरोप घेऊन सर्व लोकसमुदाय परत फिरला. संध्याकाळी सात-आठशे लोकांनी मिठाचे पाणी आणले व सभा होऊन तिच्यात नवे सेनापती श्री. पंडित व श्री. बेडेकर यांची भाषणे झाली.

६ मे, १९३०

शिरोड्याच्या जनतेचे अधिकाऱ्यांना उत्तर

सत्याग्रही व ग्रामस्थ मदतनीस यांच्या शिरोडे येथील मिठाचा सत्याग्रह कल्पनेपेक्षा यशस्वी झाल्याचे पाहून रत्नागिरीच्या कलेक्टरांनी ग्रामस्थांना उद्देशून एक पत्रक प्रसिद्ध केले. या पत्रकात ते म्हणतात, 'काँग्रेसच्या बाजूचे लोक तुमचे गावी येऊन स्वराज्यासंबंधी पुष्कळ भाषणे करतात. त्यांनी मिठाचा कायदा मोडण्यास व मिरवण्यास प्रवृत्त केले आहे. इतकेच नाही, तर त्यांस अन्न देण्याची व्यवस्था काहीही न घेतल्याशिवाय करीत आहात. स्वयंसेवक राष्ट्राभिमानी आहेत यात शंका नाही; पण ते चूक करीत आहेत. आता तुम्ही त्यांचे समर्थन कराल तर त्रासात पडाल. इकडील पोलिसांना भिण्याचे कारण नाही. ते तुमचे मित्र आहेत; परंतु स्वयंसेवकांबद्दल मात्र तुम्ही मनात भीती बाळगा.' कलेक्टरसाहेबांच्या या पत्रकाला आम्ही पुढीलप्रमाणे उत्तर दिले आहे– (जिल्हाधिकारी व प्रांताधिकारी यांस येथील रहिवाशांकडून कळविण्यात येते की) तारीख ७ माहे मे, सन १९३०च्या 'ज्ञानप्रकाशा'त आम्हाला उद्देशून तुमच्याकडून जी जाहिरात प्रसिद्ध करण्यात आली, ती आमच्या निदर्शनास कालच आली. त्यात आमच्याविषयी दिलेल्या सहानुभूतीबद्दल आम्ही आपले आभारी आहोत.

मिठाचा कर आम्हास किती जाचक झाला हे सध्या जाचत आहे, याची कल्पना आपणास कधीही येणे शक्य नाही. का की, आपण वरील अधिकाऱ्यामार्फतच ही माहिती मिळवता आणि प्रजेचे व अधिकाऱ्याचे हितसंबंध असल्याकारणाने प्रजेची बाजू स्पष्टपणे आपणासमोर येणे मुळीच शक्य नाही. हा कायदा किती जाचक आहे हे दाखवून देण्याची म. गांधी व काँग्रेसचे निस्सीम भक्त आणि सर्वत्यागी स्वयंसेवक यांनी आणून दिल्याबद्दल आम्ही त्या सर्वांचे अत्यंत ऋणी आहोत. हे लोक आपणासाठी सर्वस्वाचा त्याग करण्यास तयार झाले आहेत, याची आम्हास खात्री पटली आहे व जी काही तडजोड करावयाची असेल, ती महात्मा गांधी व काँग्रेस कमिटी यांच्यामार्फत करावी, ही आपणास आमची विनंती आहे.

मिठाचा कर काढून टाकला तर दुसऱ्या पदार्थावर कर ठेवावा लागेल, हे आपले म्हणणे आम्हास मान्य नाही. आपणाला मिळणारे मोठमोठे पगार हिंदुस्थानातील इंग्रजी सैन्य कमी करण्यात आले तर मिठाचाच काय; पण जमीनमहसुलाचाही दुसरे कित्येक जाचक कर कमी करणे व प्रजेत फैलावलेली मद्यपानासारखी भयंकर व्यसने अजिबात बंद करणे पूर्णपणे शक्य आहे. आमच्यावर आपले खरे प्रेम व खरा विश्वास असेल तर आपण आपले पगार कमी करून घेतले पाहिजेत आणि गोरे सैन्य या देशातून बाहेर गेले पाहिजे.

या सर्व गोष्टींचा विचार करण्यासाठी इंग्रज सरकार लंडन येथे एक सर्वपक्षीय परिषद भरविणार आहे असे आपले म्हणणे आहे. या बाबतीत आमची आपणास नम्र विनंती आहे, की एक राष्ट्रीय पक्षखेरीज करून दुसऱ्या कोणत्याही पक्षावर आमचा मुळीच विश्वास नाही, का की या लहानसहान पक्षांतील काही व्यक्तींखेरीज करून बाकी सर्व प्रजेच्या नावावर आपला स्वार्थ साधून घेणारे अथवा सरकारला तरून जाणारे इसम आहेत अशी आमची खात्री आहे. या लोकांचे वजन कोणत्याही समाजावर राहिलेले नाही हे आपणासही ठाऊक आहेच. असे असता या लोकांना बोलावून आमच्या हितहितांचा विचार करू पाहता याबद्दल आम्हास फार-फार आश्चर्य वाटते. आम्हाला काही खरेखुरे अधिकार मिळतील याबद्दल बळकट शंका येते. तेव्हा आम्ही आपणास निक्षून सांगतो की महात्मा गांधी व राष्ट्रीय सभेचे चालक यांच्या पूर्ण संमतीवाचून सरकारने नियोजिलेली राउंड टेबल परिषद कधीही यशस्वी होणार नाही. अशा लोकमान्य पुढाऱ्यांना कायद्याच्या नावाखाली तुरुंगात डांबून टाकून सरकारने हिंदुस्थान देशाची अत्यंत मानहानी केली, असे आमचे ठाम मत आहे. या सर्वांना ताबडतोब मुक्त करून सध्या चालू असलेला प्रजाक्षोभ त्यांच्यामार्फत शांत करावा, अशी आपणास आमची नम्र विनंती आहे.

१३ मे, १९३०

शिरोडे येथील कायदेभंग

सत्याग्रहांचा विजय : अनेक पुढारी व श्री. आप्पासाहेब नाबर यांना अटक पंचवीस लोकांना पकडले

(आमच्या प्रतिनिधीकडून)

मिठागरांवरील राशीचे मीठ सरकारी करून नेण्याचा कार्यक्रम सोमवार, ता. १२ रोजी आहे, असे पूर्वीच जाहीर झाले होते. त्यामुळे ता. ११ रोजी संध्याकाळी माऊलीच्या देवळाभोवतालच्या अंगणात लग्नघराप्रमाणे गडबड दिसून येत होती. बाहेरून येणाऱ्या स्वयंसैनिकांच्या टोळ्यांनी 'वन्दे मातरम्', 'महात्मा गांधी की जय' असा जयघोष करीत पटांगणात प्रवेश केला, तेव्हा समुद्राला एक नवी नदी मिळत असल्याचा भास होई. प्रवासामुळे आलेला ग्लानपणा व कर्तव्याच्या जाणिवेने चमकणारे तेज या दोन्हींचा अपूर्व संगम भर उन्हातून चालत येणाऱ्या स्वयंसैनिकांच्या चेहऱ्यावर झालेला दिसत होता. उद्या काय होणार याची पूर्ण कल्पना कुणालाच करता येत नव्हती. आपण पकडले जाऊ, किंबहुना, गोळीबार झाला तर त्यात आपण प्राणालाही मुकू, अशा समजुतीने अनेक स्वयंसैनिक आपल्या घरी निरवानिरवीची पत्रे लिहीत होते. निश्चलमनाने व हसतमुखाने चाललेले त्यांचे ते लेखन पाहून कुणालाही त्यांच्याविषयी आदर वाटला असता. रविवारी संध्याकाळी स्वयंसैनिकांची पथके तयार करण्यात आली. प्रत्येकाच्या सामानावर त्यांच्या नावाची चिठ्ठी लावण्यात आली. सारांश, दुसऱ्या दिवशीच्या कार्यक्रमाला आवश्यक अशी पूर्ण तयारी स्वयंसैनिकांनी केली.

धर्मानंद व अधिकारी

येथील पुढाऱ्यांपैकी प्रो. धर्मानंद कोसंबी यांना रात्री असिस्टंट कलेक्टर, डि. पो. सुपरिं. व कस्टम कलेक्टर यांच्याकडून बंगल्यावर येण्याबद्दल बोलावणे आले. धर्मानंदांनी त्या ठिकाणी जाण्याचे नाकारल्यावरून साहेब मजकुरांनी त्यांची दरोगे कचेरीत मुलाखत घेतली. मुलाखतीचा मुख्य विषय लोकसमाजाची शांतता हाच होता. लोक पूर्णपणे शांत राहतील अशी धर्मानंदांनी हमी दिली व तसे झाले तर गोळीबारासारख्या जालीम उपायाचा अवलंब आपल्याकडून होणार नाही असे अधिकाऱ्यांना सांगितले. रात्री नित्याप्रमाणे सभा झाली. सोमवारी पहाटे ब्राह्ममुहूर्तावर उठून सत्याग्रहींनी मिठागरांचा रस्ता सुधारला. 'या निशा सर्व भूतानाम् तस्यां जागर्ति संयामि' अशी त्या वेळची स्थिती होती. आगरांची राखण करणारे शिपाई गाढ झोपी गेले होते. 'अहो नाईक', 'अहो हवालदार' म्हणून त्यांतील जागे झालेले लोक हाका मारू लागले. पण, त्यांच्या हाकांचा उपयोग होण्यापूर्वीच सत्याग्रहींनी पोती व डबे यांच्यातून मीठ न्यावयाला सुरुवात केली होती. स्वयंसैनिकांच्या पथकांनी हे मीठ रेडीस नेऊन विकले व काम फत्ते करून ही पथके सात वाजता परतही आली. हातात पोती, डबे व फावडी घेऊन येणाऱ्या पथकांना अटक मुळीच झाली नाही. ती थेट देवळाकडे येऊन दाखल झाली. मिठागरांवर मीठ घेऊन जाण्याच्या तयारीत असलेल्या दुसऱ्या तुकड्यांना अटक करण्यात आली. प्रथमत: हे अटक झालेले स्वयंसैनिक सुमारे शंभर आहेत असे वाटत होते. पण शेवटी परस्थ चोवीस व स्थानिक एक अशा पंचवीस लोकांनाच काय ते पकडण्यात आले.

वड्याचे तेल वांग्यावर

येथील स्थानिक पुढारी श्री. अ. स. ऊर्फ आप्पासाहेब नाबर यांना सुमारे साडेसात वाजता ते मिठागराकडे गेले असता ३९७, ४७ व ११७ अशा तीन कलमांखाली अटक करण्यात आली. ज्या आगराचे मीठ आज सत्याग्रहींनी नेले व विकले त्या आगाराचे श्री. नाबर हे शिलोत्री आहेत. सर्व आगारांच्या शिलोत्र्यांना तुम्ही सत्याग्रही लोकांना मीठ विकल्यास तुम्हाला सहा महिन्यांची शिक्षा व ५०० रुपये दंड होईल असे सरकारकडून बजाविण्यात आले होते. आगाराच्या मालकांनी आपले मीठ विकले नाही म्हणजे सत्याग्रही मंडळींना मीठच मिळणार नाही, या कल्पनेने सरकारने ही युक्ती योजिली असावी; परंतु श्री. नाबर व इतर शिलोत्री यांच्या देशप्रेमामुळे ती साध्य होऊ शकली नाही. श्री. नाबर यांचे वय ५६-५७ वर्षांचे असेल. या उतारवयात त्यांनी दाखविलेले धैर्य नि:संशय प्रशंसनीय आहे. सर्व

सत्याग्रही लोकांना पकडण्याला सरकार असमर्थ असल्यामुळे आगरांच्या मालकांना भिवविण्याकरिताच श्री. नाबरांना पकडण्यात आले असावे. रेडीला मीठ विकून आल्याबरोबर माऊलीच्या देवळात सभा होऊन परदेशी टोप्यांची होळी करण्यात आली. सभेत श्री. पटवर्धन, डॉ. भागवत, देशदास इत्यादिकांची भाषणे झाली. सर्व वक्त्यांनी स्थानिक लोकांना मीठ विकत घेऊन निर्भय वृत्ती अंगी बाणविण्याचा उपदेश केला. यानंतर सत्याग्रही पुन्हा मिठागरावर गेले व त्यांनी मीठ आणण्यास सुरुवात केली. दुपारी अकरा वाजेपर्यंत स्वयंसैनिकांनी तीन मिठागरांवर हल्ला करून सुमारे एक हजार मण मीठ गावात आणले. 'देता किती घेशिल दो करांनी' अशी मीठ आणणाऱ्या लोकांची स्थिती झाली. सकाळी मिठागरांवर शेकडो लोक जमले असून सभेलाही प्रचंड जनसमुदाय हजर होता. गावातील सर्व दुकाने बंद असून ज्याच्या त्याच्या तोंडी कायदेभंगाचा विषय घोळत आहे व प्रत्येकाचे डोळे मिठागराकडे आणि तेथील सत्याग्रही लोकांच्या हालचालींकडे लागले आहेत.

बाहेरून साहाय्य

बांद्याहून २२१ रुपयांची मदत आल्याचे समजले. बांद्यासारख्या लहानशा गावाने एवढी रक्कम गोळा करून पाठविली हे बांद्याच्या लोकांना भूषणावह आहे.

वेंगुर्ल्याहून अवघ्या आठ मैलांवर हा लढा चालला असून, वेंगुर्लेकरांनी मात्र अजून काहीच आर्थिक साहाय्य केलेले नाही. ही वेळ अशी आहे, की या वेळी पारतंत्र्याची चीड असलेल्या प्रत्येक व्यक्तीने या चळवळीला जास्तीत जास्त साहाय्य करण्याकरिता पुढे सरसावले पाहिजे. वेंगुर्ले, सावंतवाडी, कुडाळ वगैरे ठिकाणचे लोक त्यांच्या शेजारी सत्याग्रहाचा हा 'न भूतो न भविष्यति' असा संग्राम चालत असताना स्वस्थ बसतील असे मुळीच वाटत नाहीत.

३१ मे, १९३०

✧

मंगळवार, दुपार, ता. १३/५/१९३०

आज सकाळी अटक झालेल्या स्वयंसेवकाची घट्ट संख्या १५८ आहे. कालचे ८८ व आजचे १५८ मिळून जवळजवळ २५० लोक सरकारने पकडले आहेत. कालच्या लोकांची राहण्याची व्यवस्था सरकारकडून कचेरीत करण्यात आली. आज अटक झालेल्या लोकांना मिठागरापलीकडे असलेल्या सज्जावर ठेवण्यात आले आहे.

जेवू कोण घालणार?

या पकडलेल्या लोकांची जेवणाची व्यवस्था काय करायची, हा सरकारपुढे मोठाच प्रश्न पडला आहे. पोलीस शिपायापासून कलेक्टरपर्यंत सर्वांना गावात साधी वस्तूही मिळण्याची मारामार. मग २५० लोकांना पुरेल इतके साहित्य कुठून मिळवायचे व ते रांधून कुणी घालायचे? कालच्याप्रमाणे आजही दर दिवशी माणसाला पाच आणे या दराने सरकारने सत्याग्रही कॅम्पमधून पकडलेल्या लोकांसाठी अन्न नेले. उद्यापासून तेही मिळणार नाही असा रंग दिसतो. अटक करायला जे सरकार पुढे येते, त्यानेच पकडलेल्या लोकांची व्यवस्था केली पाहिजे ही विचारसरणी अमलात आणली की, सरकारला अटक केलेल्यांना सोडून देणे अगर त्यांच्या जेवणाची व्यवस्था करणे यांपैकी कोणतातरी एक मार्ग पत्करलाच पाहिजे.

तात्पुरते तारमास्तर

आज दुपारी कलेक्टरांनी तात्पुरती तारमास्तकी पत्करली. तारमास्तरांना दूर ठेवून कलेक्टरने जातीने तार करण्याइतका प्रसंगाचा बिकटपणा सरकारला जाणवू लागला असला, तर ठीकच आहे. या तारेचा उद्देश उद्याच्या सरकारच्या धोरणावरून

लोकांना कळेलच. संध्याकाळी कलेक्टर मोटारीने सावंतवाडीला गेले. रात्रीही त्यांनी पुन्हा स्वत: तार ऑफिसात 'कडकट्ट कडकट्ट' केले असे म्हणतात.

अ तोटी व ब तोटी

स्वयंसैनिकांच्या हौदांतून जेवढे पाणी बाहेर जात आहे तेवढेच त्या हौदांत पुन्हा येऊन पडत आहे. आज सकाळी १५८ स्वयंसैनिक पकडले गेले; पण संध्याकाळी जवळजवळ तेवढेच नवीन सत्याग्रही येऊन दाखल झाले. पोलिसांची संख्याही दररोज वाढतच आहे.

सरकार गिऱ्हाईक होणार

आगरवाल्या लोकांनी सत्याग्रह्यांना मीठ विकण्यामुळे सत्याग्रहाचे काम सुलभ झाले असे वाटून सरकार आता आगरवाल्याचे सर्व मीठ विकत घ्यावयाला तयार झाले आहे असे कळते. या बाबतीत आज कलेक्टरसाहेबांनी शिलोत्र्यांना बोलावून सरकारचा हा उदार बेत कळविला; पण हातातून सुटलेला बाण जसा परत येत नाही, त्याप्रमाणे विकलेले मीठ परत घेता येत नाही हे ते अजिबात विसरले.

बुधवार, सकाळ, ता. १४/५/१९३०

आज सकाळी मीठ लुटण्याची वेळ बदलण्यात आली. सुमारे आठ वाजता माऊलीच्या देवळात आजच्या मोहिमेची व्यवस्था करण्यात येऊन चार पथके निरनिराळ्या मार्गांनी मिठागराकडे गेली. सज्जाच्या पायथ्याकडे गेलेल्या तुकडीला लवकरच अटक झाली व ती पोलिसांच्या गराड्यात 'रघुपतिराघव राजाराम' हे पद म्हणत व त्याला मिठासाठी नेलेल्या डब्यांचा ताल देत बसली. रेडीच्या बाजूला व दरोगे ऑफिस समोरील मिठागरांतून मीठ लुटण्यात आले. आज गावात सुमारे दीडशे मण मीठ विनाकर भरता आले असेल. दहा वाजेपर्यंत सुमारे ६० स्वयंसैनिकांना अटक झाली.

बुधवार, दुपार, ता. १४ मे १९३०

मीठ लुटण्याचा कार्यक्रम सकाळी असल्यामुळे दुपारी काही विशेष घडून येत नाही. सत्याग्रह मंडळाच्या फलकावर लागलेल्या आकड्यांप्रमाणे आज सुमारे पन्नास

लोक पकडले गेले. दळवी आगरावर अटक झालेली तुकडी पुन्हा मुक्त झाली, असे कळते.

किल्ली फिरविण्याचा खेळ

एखाद्या पथकाला अटक करावयाची, थोडा वेळ त्याला पोलिसांच्या गराड्यात बसवायचे व नंतर त्याला सोडून द्यावयाचे, असा खेळ सरकार खेळणार आहे की काय कुणाला ठाऊक. लहान मुले कुलूप हातात घेऊन किल्ली एकदा उजवीकडे फिरवितात, नंतर डावीकडे फिरवितात आणि कुलूप लागले कसे व उघडले कसे हे बघत बसतात. स्वयंसैनिकांना अटक करण्याच्या बाबतीत त्यांच्या प्रचंड संख्येमुळे सरकारलाही या बाललीलेचा आश्रय करण्याची पाळी येण्याचा संभव आहे. आज बाहेरून सुमारे चाळीस स्वयंसैनिक आले आहेत. बाहेरून येणाऱ्या स्वयंसैनिकांना शिरोड्याला आल्यानंतर पकडण्यापेक्षा आधीच पकडणे बरे असे सरकारने ठरविले असावे; कारण बेळगाव व मालवण येथून इकडे यावयाला निघालेल्या सत्याग्रह्यांच्या तुकड्यांना जागच्या जागी डांबून ठेवण्यात आल्याची बातमी आली आहे.

रत्नागिरीकडे

अटक केलेल्या सर्व सत्याग्रह्यांना चौकशीकरिता रत्नागिरीला नेण्याचे ठरले होते; पण मोटारीच मिळत नसल्यामुळे या बाबतीत सरकारला काहीच करता आले नाही. आज सावंतवाडीहून पाच मोटारी आल्या व सुमारे पन्नास सत्याग्रही तिसऱ्या प्रहरी सावंतवाडीला नेण्यात आले. बुधवारी रात्री सुमारे १९ मोटार लॉरी येऊन दाखल झाल्या व बुधवारी पहाटे दोन वाजता अटक झालेल्या सत्याग्रह्यांना त्यातून नेण्यात आले. सत्याग्रही मंडळींनी भरलेल्या मोटारींची माळ 'वन्दे मारतम्' या जयघोषाने भरून जाणारे रात्रीचे शांत वातावरण ज्यांनी पाहिले असेल, त्यांनाच या हृदयस्पर्शी प्रसंगाची यथार्थ कल्पना येऊ शकेल.

गांधीभक्त मुलगा

आज येथील छावणीत एक लहान मुलगा येऊन दाखल झाला. गांधी शर्ट, गांधी टोपी वगैरे कपडे घातल्याबद्दल बापाने बेदम मार दिल्यामुळे घर सोडून तो आला आहे व मोठ्या उत्साहाने या राष्ट्रीय कार्यात यथाशक्ती काम करू इच्छित आहे. मुलांच्या भावनापूर्ण मनोवृत्तीची वडील माणसांना अद्यापिही कल्पना येऊ नये

हे देशाचे दुर्दैव आहे.

चांदभाई

सावंतवाडीच्या एका मराठे गृहस्थांचा येथील मिठागरात अत्यल्प असा भाग आहे (हा अत्यल्प भागसुद्धा गहाण आहे असे म्हणतात) या गृहस्थांच्या सरकार निष्ठेला एकदम पूर येऊन आज सकाळी ते कलेक्टरबरोबर हिंडत होते व 'खाविंद, मी नको नको म्हणत असतानाही हे लोक माझे मीठ लुटत आहेत. आता मी काय करू' म्हणून आपल्या निष्ठेचे प्रदर्शन करीत होते. त्यांना गप्प बसण्याबद्दल बरीचशी रक्कम रेडीच्या एका गावकऱ्याने देऊ केली होती, असे म्हणतात. पण मायबाप सरकारविषयी फुटलेला त्यांचा पान्हा पैशाने कसा थांबणार?

गुरुवार, ता. १५ मे

नित्याप्रमाणे सकाळी प्रेक्षकांची व मीठ न्यावयाला आलेल्या गोरगरिबांची खूप दाटी झाली होती; पण आज सकाळी मीठ लुटण्याचा कार्यक्रम करावयाचा नाही असे सत्याग्रह मंडळाने ठरविले. प्रत्येक मिठागरावर रायफल घेतलेले शिपाई उभे करण्यात आले असून नाकेबंदी करण्याचा सरकार आटोकाट प्रयत्न करीत आहे. बाजारात कुठेही मीठ मिळत नाही.

सावंतवाडीची अभिनंदनीय कामगिरी

शिरोडे येथे पकडलेले ४० स्वयंसैनिक बुधवारी दुपारी तीन वाजता सावंतवाडीत आल्यापासून पुढे ४/५ तासांत सावंतवाडी येथे जो देखावा दिसला, तो अभूतपूर्व असा होता. या स्वयंसैनिकांना आणण्यासाठी सरकारकडे मोटारी नव्हत्या व लोक आपल्या मोटारी देण्यास राजी नव्हते. अशा स्थितीत सावंतवाडीच्या पोलीस खात्याने भल्याबुऱ्या मार्गाने पाच मोटारी मिळवून बुधवारी सकाळी आजगाव हद्दीवर पाठविल्या व तेथे दुपारी साडेबारा वाजता सत्याग्रह्यांना मोटारीत घालण्यात आले. अटक केलेल्या लोकांपैकी निदान शंभरांना पाठवून द्यावे असा तिकडील अधिकाऱ्याचा विचार होता; पण जास्त मोटारी मिळू न शकल्यामुळे बाकीचे सुमारे साठ लोक आजगाव येथेच ठेवण्यात आले.

चाळीस चोरांना (मीठचोर ही महात्माजींनी बहुमानाची पदवी लावली आहे) घेऊन आलेल्या मोटारी सावंतवाडीच्या गाडीतळावर पोहोचताच सत्याग्रही खाली

उतरले व क्षणार्धात मोटारी कोठे नाहीशा झाल्या, कुणाला कळलेदेखील नाही. या सर्व लोकांना वेंगुर्ल्यावरून रत्नागिरी येथे चौकशीसाठी नेण्याचा अधिकाऱ्यांचा विचार होता; पण ड्रायव्हर्सनी आयत्या वेळी पोबारा केल्यामुळे त्यांचा बेत फसला व स्वयंसैनिकांच्या मुक्कामाचा सावंतवाडीकरांना अलभ्य लाभ मिळाला. त्यांना पाहताच 'वन्दे मातरम्' 'महात्मा की जय' इत्यादी जयघोषांनी गाडीतळाचे विस्तीर्ण पटांगण निनादित झाले व अर्ध्या-पाव तासात हजारो लोकांचा समुदाय तेथे जमा झाला. स्वयंसैनिक तळावर उतरून चावडीकडे जाऊ लागताच लोकसमुदायही तिकडे वळला व ते आत बसताच बाहेरच्या लोकांनी परदेशी कापडाची चावडीसमोर होळी केली. आतल्या मंडळींशी जेवणाची वाटाघाट होत आहे, मागे राहिलेले स्वयंसैनिक जेवले किंवा नाही याची चौकशी चालली आहे, इतक्यात सावंतवाडीचे ची. पो. ऑफिसर मे. शेख बाबा हे आंबोलीहून येऊन पोहोचले व डि. मॅजिस्ट्रेट मे. चंद्रचूड हेही चावडीवर आले. याच सुमारास, गाडीतळावर एक दीड टनी मोटार लॉऱ्या एकामागून एक येऊ लागल्या. या गाड्या अधिकाऱ्यांच्या मदतीसाठी कोल्हापूरहून रवाना करण्यात आल्या होत्या, असे समजले. लॉऱ्यांची संख्या सुमारे वीस होती व दर एक लॉरीत २/३ हत्यारबंद पोलीस होते. या पोलिसांना आपली कोणत्या गावी व कोणत्या कामगिरीवर रवानगी होत आहे याची जाणीवही देण्यात आली नव्हती असे त्यांच्याकडून समजले. त्यांना कोणत्या महत्त्वाच्या कामासाठी नेमण्यात येत आहे, हे येथील मंडळीने सांगताच त्यांना अत्यंत वाईट वाटून 'धिग्जीवितम्' अशा प्रकारची वृत्ती त्यांच्या चेहऱ्यावर दिसू लागली. 'अर्थस्य पुरुषो दासः' असे उद्‌गार खुद्द भीष्माचार्यांनी काढले, तेथे सामान्य शिपायाची गोष्ट कशाला?

सोमवारपासून पकडलेल्या सुमारे साडेतीनशे स्वयंसैनिकांना आणण्यासाठी या मोटारी शिरोड्यात जावयाच्या होत्या व त्यांच्यातूनच येथे आणून ठेवलेल्या स्वयंसैनिकांनाही वेंगुर्ल्यास पाठवावे असे ठरून सर्व मोटारी शिरोड्याकडे लवकरच रवाना झाल्या. मोटारी गेल्यानंतर तळावरील खुल्या जागेत एक जंगी जाहीर सभा भरविण्यात आली. या सभेत ठाणे येथील समर्थ सेवा मंडळाचे उत्साही कार्यकर्ते रा. ऋषी यांचे परिणामकारक भाषण झाले. त्यांच्या भाषणानंतर रा. मे. द. शिरोडकर यांनी हरताळामुळे पवित्र झालेला आजचा दिवस स्वराज्यतीर्थांची यात्रा करून परत आलेल्या यात्रेकरूंच्या आगमनामुळे सावंतवाडीकरांना अधिकच पवित्र झाल्याचे सांगून, त्यांना यथोचित सन्मानाने पोहोचविण्याविषयी लोकांना विनंती केली. सात वाजता सभा बरखास्त झाल्यानंतर शिरोडकरांना तारेचे उत्तर मिळाले. उत्तर धर्मानंद कोसंबी यांनी पाठविले होते. सत्याग्रहींना अन्नग्रहण करावे, असा त्यात संदेश होता. हे उत्तर कळताच सावंतवाडीकरांस एकच आनंदीआनंद झाला. अतिथी उपोषित

जाणार म्हणून वाटलेला विषाद नाहीसा झाला व सर्व मंडळी त्यांच्या भोजनाच्या व्यवस्थेस लागली. माधवाश्रम चालकांनी हे काम मोठ्या हौसेने पत्करले व यात बारा स्थानिक तरुण त्यांना मदत करू लागले. नऊ वाजताच्या सुमारास पाकसिद्धता झाली व वीस-वीसच्या दोन तुकड्या करून स्वयंसैनिकांना माधवाश्रमात जेवण्यासाठी पाठविण्यात आले. जेवणाची किंमत म्हणून साडेबारा रुपये पोलिसांनी दिले होते. अर्थात कैदी बनल्यानंतर सरकारी पाहुणचारच व्हावयाचा हा सत्याग्रहांचा निश्चय सिद्धीस गेला होता व भोजन करण्याविषयी त्याच्या शिबिरातून त्यांना अनुमतीही मिळाली होती. त्यामुळे, सर्व सत्याग्रही आनंदाने जेवले व दिवसाच्या उपोषणाचे त्यांनी पारणे फेडले.

सत्याग्रह्यांच्या येथील मुक्कामात त्यांना जास्तीत जास्त सुख मिळावे म्हणून नागरिकांनी अत्यंत मेहनत घेतली हे त्यांना निःसंशय भूषणावह होय.

गांधी टोपीला मज्जाव!

शिरोडे येथील सत्याग्रह्यांना कुमक मिळू नये म्हणून बेळगाव व आंबोली येथे ब्रिटिश अधिकाऱ्यांनी नाकेबंदी केली असून गांधी टोपी वापरणाऱ्या कोणाही इसमाला सोडण्यात येत नाही, असे समजते. आरंबदे व शिरोडे यांच्या दरमहा असलेल्या तरीवरदेखील अशीच नाकेबंदी करण्यात आल्याचे समजते.

अकल्पित बातमी!

पकडलेल्या सत्याग्रह्यांना नेण्यासाठी कोल्हापूर दरबारने मोटारी पुरवल्यामुळे तेथील जनता प्रक्षुब्ध झाली असून लोकक्षोभामुळे तेथील दिवाणजी श्री. सुर्वे यांनी राजीनामा दिला आहे. ही बातमी सावंतवाडीत पसरली आहे. या बातमीला अद्याप अधिकृत स्वरूप आलेले नाही.

वालावालकरांची सुटका

वेंगुर्ले येथील खादी कार्यालयाचे चालक म. तु. वालावालकर यांची सुटका होऊन ते सोमवारी वेंगुर्ले येथे पोहोचले. बंदरावरून मिरवणूक काढण्यात आली. लगेच ते आपल्या मुलाला भेटण्यासाठी वालावाल येथे गेले होते. तिकडून परत सत्याग्रहासाठी शिरोडला जाणार आहेत.

१६ मे, १९३०

शिरोडा (रत्नागिरी) ता. १५ मे १९३०

शिरोड्यास गुंडराज्य!
काठ्यांचा भयंकर मार!
६२ जखमी, २० बेशुद्ध!!

शिरोडा सत्याग्रह छावणीची सविस्तर हकिगत

श्री. कडकोळकर (गुजरात विद्यापीठाचे प्रोफेसर) यांनी स्वच्छता हे अर्धे स्वराज्य आहे असे सांगून त्यांनी स्वत: छावणीतील केर काढण्यास सुरुवात केली. संडास तयार करण्यास सुरुवात केली. सत्याग्रहाश्रमाची ही पद्धत सुरू होत आहे.

सकाळी सहा वाजता एका मुलाने अंत:करणपूर्वक भजन गाऊन परमेश्वर आपला पाठीराखा आहे असे त्याने प्रार्थनेच्या वेळी सांगितले. नंतर श्री. धर्मानंद कोसंबी (शिबिराधिपती) यांनी सर्व स्वयंसेवकांना असे सुचविले की, ज्यांना लाठ्यांचा मार सोसणे शक्य नसेल, ज्यांना दोन-दोन चार-चार दिवस उपाशी राहणे शक्य नसेल (कारण येथे सरकारी नोकरांवर अत्यंत कडक सामाजिक बहिष्कार घातलेला आहे) अगर ज्यांना धूम्रपानावाचून तुरुंगात राहणे शक्य नसेल त्यांना त्यांच्या घरी पोहोचविण्यात येईल. ज्यांची घरी जाण्याची इच्छा असेल त्यांनी हात वर करावे. सात प्रामाणिक स्वयंसेवकांनी आपली इच्छा दर्शविली. सकाळपासून प्रत्येक स्वयंसेवक लाठीराज्य आणि गोळीबार यांस बळी पडण्यास तयार होता; कारण सकाळी कलेक्टरने श्री. धर्मानंदांना बोलावून, आज जर तुम्ही मीठ नेण्यास आलात तर आज आम्ही पकडणार नाही, पण वाटेल त्या रीतीने तुम्हाला परत लावून देऊ, असे सांगण्याकरिता स्वत:च्या मोटारीतून दूर नेले.

दुपारी सव्वाचार वाजता सर्व स्वयंसेवक एकत्र आले व त्यांपैकी निवडक ८२ लोकांना आजच्या लढाईवर पाठविण्याचे ठरले. श्री. कोसंबी, सोमण व एकबोटे

यांना आज पुढारी म्हणून पाठविण्यात आले. सर्वांच्या पुढे राहून छातीवर गोळ्या झेलण्याची त्यांनी स्वत:ची तयारी दर्शविली. सर्वांचे छायाचित्र घेण्यात आल्यावर श्री. कोल्हटकर (इंटरमीडिएट आर्ट स्टुडंट) यांचे नेतृत्वाखाली ११ स्वयंसेवकांचे ॲम्बुलन्स कोर ८२ सैनिकांच्या मागोमाग पाठविण्यात आले.

'महात्मा गांधीजी की जय' असा जयजयकार करीत सैनिकांची तुकडी रणक्षेत्रावर जाण्याकरिता निघाली. अत्यंत शांतता करण्याकरिता श्री. एकबोटे यांनी जयजयकारसुद्धा थांबविला. अर्धा मैलावर असणाऱ्या प्रत्यक्ष रणभूमीवर येण्यास सैनिकांना सात मिनिटे लागली. रस्त्याच्या मध्यभागी कलेक्टर, डी.एस.पी., १०० लाठीवाले व पोलीस आणि साध्या पोशाखात एक पठाण सत्याग्रही स्वयंसेवकांना पिटाळून लावण्याकरिता आपल्या आयुधांनिशी सज्ज होते. त्यांच्याच मागोमाग थोड्या अंतरावर वीस हत्यारबंद पोलीस बंदुका रोखून तयार ठेवण्यात आलेले होते. शिपायाच्या समोर सुमारे शंभर यार्डांवर सत्याग्रही तुकडी थांबली व मिठागरावर हल्ला करण्याकरिता श्री. एकबोटे यांच्या नेतृत्वाखाली बावीस स्वयंसेवकांची एक तुकडी चालू लागली. कलेक्टरने पुढे येऊन हा बेकायदेशीर जमाव आहे असे सांगून सर्वांना निघून जाण्याचा हुकूम सोडला. जर तुम्ही इथून गेला नाही तर कोणाला काही दुखापत झाल्यास त्याची जबाबदारी तुमच्यावर राहील, असेही बजावण्यात आले. तरीदेखील, सैनिकांची तुकडी पुढे चालू झाली. कलेक्टर व शंभर लाठीवाले हे बावीस सत्याग्रहींवर तुटून पडले; त्यांपैकी प्रत्येक जण निर्दयपणाने वागत होता. स्वयंसेवकांना मारा लागून ते जमिनीवर बेशुद्ध पडले, तरीसुद्धा त्यांजवर पोलिसांनी हल्ला करून मारण्याचे काम बंद केले नाही. ज्याप्रमाणे नवीन घर तयार करतेवेळी जमीन चोपावी लागते, त्याप्रमाणे काठ्यांनी निष्ठुरपणे सत्याग्रहींना दोन्ही हातांनी मारण्यात पोलिसांनी कसूर केली नाही. त्यांपैकी दोन बेशुद्ध सत्याग्रहींना ॲम्ब्युलन्स कारने जवळच्या समर्थ आश्रमात पुढील उपचाराकरिता नेले.

दुसऱ्या तुकडीचे आधिपत्य श्री. धर्मानंद कोसंबी यांनी घेण्याचे पुकारले. लगेच कलेक्टरने सबइन्स्पेक्टर यांना तोंडी हुकूम देऊन श्री. कोसंबी यांना पकडून नेले. त्यांची जागा श्री. सोमण यांनी भरून काढून अकरा स्वयंसेवकांसह पुढे चाल केली. पोलिसांच्या जवळ आल्यावर त्यांना उद्देशून श्री. सोमण यांनी भाषणास सुरुवात केली. स्वत:च्या सैनिकांना उद्देशून जेव्हा ते बोलू लागले, तेव्हा त्यांना पकडून दूर नेण्यात आले व पोलीस राक्षसाप्रमाणे अनात्याचारी व शांत स्वयंसेवकांवर तुटून पडले व इतके बेदम चोपले की ११पैकी सात बेशुद्ध पडले. दोन्ही पक्ष अर्ध्या तासापर्यंत आपापल्या बळात शांत उभे होते. मध्यंतरी सत्याग्रहींनी पुढच्या हल्ल्याची तयारी केली. पूर्वीच्या तुकड्यांतील थोडा मार बसलेले व लोटून बाजूस फेकून दिलेले स्वयंसेवक एकत्र होऊन भजन करून पुढील हल्ल्याचे नाके काबीज करून

बसले. निवडक शिल्लक राहिलेले ५९ व खानदेशच्या ताज्या दमाच्या ६० स्वयंसेवकांची नवी तुकडी तीन निरनिराळ्या मार्गाने हल्ला करण्यास कूच करते आहे. तद्नुसार पोलिसांचीही विभागणी करण्यात आली. या वेळचा लढा म्हणजे, पोलिसांची राक्षसीपणाची कमाल होती. साध्या पोशाखात असलेल्या पठाणाने सत्याग्रहींना शिव्या देत आणि आपली सर्व एकवटून जोरजोराने लाठ्या व चाकू खुपसून आपला पराक्रम गाजविला. हत्यारबंद पोलीस दरोडेखोरांना मारतात, त्याप्रमाणे बंदुकीच्या दस्त्यांचा व काही वेळेला संगिनीचासुद्धा उपयोग करीत होते. शूर सैनिक हा मार खाऊनही पुढे जात होते. लाठ्यांचे जोराचे तडाखे खात संगिनीच्या जखमा सहन करीत ज्या ठिकाणी लष्करी बंदूकवाले उभे होते तेथे गोळीबारची भीती न बाळगता काही सत्याग्रही चाल करून गेले. बंदूकवाल्यांनी बंदुकीचा दोन्ही बाजूंनी मारण्यात उपयोग करून सत्याग्रहींना जमिनीवर लोळविले. एके ठिकाणी खड्ड्यात पडलेल्या सत्याग्रहींवर तडाखे मारून त्यांना रक्तबंबाळ करण्यात आले, तरीसुद्धा एवढ्या तडाख्यातूनही अनेक जखमा सहन करून काही शूर सैनिक मिठागरावर जाऊन मीठ आणू शकले; परंतु परत येताना त्यांना भयंकर मार बसल्यामुळे त्यांपैकी बरेच बेशुद्ध झाले व १६ शेर मीठ आणून काही शूर सैनिक यश घेऊन आले. माकडे ज्याप्रमाणे बागेत उड्या मारतात, त्याप्रमाणे पोलिसांनी जमलेल्या शांत प्रेक्षकांवरही लाठ्यांचा प्रहार करण्यास कमी केले नाही. शांतपणे हा प्रकार पाहून मागाहून हळूच पोलिसांना दाबात ठेवण्याचा बहाणा कलेक्टरने केला व लोकांस पाच मिनिटांत चालते होण्याचा हुकूम दिला.

त्या दिवशीचे काम संपत आल्यामुळे आश्रमातील एक प्रमुख कार्यकर्ते श्री. पंडित यांनी खवळलेल्या लोकांना शांत केले व कलेक्टरला जखमी झालेल्या सत्याग्रहींना नेण्याची परवानगी मागितली. स्वयंसेवक लढाईत भाग घेत नाहीत अशी खात्री करून घेतल्यावर परवानगी देण्यात आली व जादा पोलिसांना मागे नेण्यात आले. एकंदर चार सत्याग्रहींची परिस्थिती अत्यंत भयंकर आहे. ५७ स्वयंसेवकांना भयंकर जखमा झाल्या आहेत व बाकीच्यांस लहानमोठ्या जखमा झाल्या आहेत. एका सत्याग्रहीचे मूत्राशयही बंद झाले असून त्याला त्यामुळे फार त्रास होत आहे.

लढाई संपली असे पाहताच श्री. धर्मानंद यांना मोकळे करण्यात आले. सोडते वेळी कलेक्टर म्हणाले की, तुम्ही आपला शब्द मोडून लबाडी केली आहे. नंतर कोसंबींनी मिठागरावर हल्ला करण्याचा आपला बेत जाहीर करताच कलेक्टरने सस्मितपणे म्हटले, 'आपण नेता येईल तितके मीठ खुशाल घेऊन जा. त्याची मी स्वत: परवानगी देतो.' नंतर श्री. सोमण यांनादेखील सोडून देण्यात आले. या सर्वांपैकी अत्यंत लज्जास्पद गोष्ट ही की, पोलिसांनी लाठी चालविते वेळी दाखविलेला

बेफामपणा ही होय. या बेफामपणात शुश्रूषापथक – ज्याने हातात तांबडे क्रॉस घेतले आहेत– अशा लोकांनासुद्धा मारण्यास कमी केले नाही!

वेंगुर्ला मिशन हॉस्पिटलचे अमेरिकन डॉक्टर इव्हन्स यांनी वेंगुर्ल्याहून रात्री एक वाजता येऊन सर्व रोग्यांची तपासणी केली. या रणसंग्रामात बागलाण (नाशिक) सुबकसंघाने आपले कार्य उत्तम रीतीने बजावले. ता. १२ला जे ४०० ते ५०० मण मीठ आणण्यात आले, त्यात बराचसा भाग याचाच आहे. तारीख १३च्या हल्ल्यात या संघाचे अध्यक्ष श्रीयुत सजन राघो पाटील, खजिनदार श्री. गोविंदशेट नागपूरकर, दुय्यम सेक्रेटरी नारायण खुटाडे व सभासद आनंदा नाना पाटील, शांताराम सीताराम क्षत्रिय, सुखदेव भिला पाटील डोंगर दौले, निंबा सिताराम सोनु शेट शिंपी यांना पकडण्यात आले. आज रोजी त्यांना बेळगाव येथे नेण्यात आले. संघाचे जनरल सेक्रेटरी व बागलाग सारावाढ चळवळीतील प्रमुख कार्यकर्ते श्री. मोहनी राजकाथे यांनाही आजच्या रणसंग्रामात बंदुकीच्या दस्त्याचा बराच मार बसला आहे.

गुपचूप रवानगी

शिरोडे येथे पकडलेल्या सुमारे तीनशे सत्याग्रहींना बुधवारी तिकडे गेलेल्या मोटार लॉऱ्यांतून गुरुवारी पहाटे वेंगुर्ले व बेळगाव येथे नेण्यात आले. या मोटारी पहाटे चार वाजताच्या सुमारास सावंतवाडीस आल्या. वेळ रात्रीची असताही दोन-तीनशे माणसे त्यांच्या स्वागताला तयार होती व त्यांनी 'वन्दे मारतम्' जयघोषात त्याचे स्वागत केले. फक्त २/३ मोटारी वेंगुर्ल्यास गेल्या असून बाकीच्या बेळगावला गेल्या आहेत. पोलिसांची एक मोटार सावंतवाडीपासून एका मैलावर नादुरुस्त होऊन पडली; पण त्यांना नेण्यासाठी सावंतवाडी येथे मोटार मिळू शकली नाही.

प्रेक्षकांना मार

गुरुवारचा सत्याग्रह पाहण्यासाठी येथून बुधवारी रात्री कळसूलकर इंग्लिश स्कूलचे काही शिक्षक व इतर मंडळी शिरोड्यास गेली होती. ही मंडळी गुरुवारी पहाटे प्रातर्विधीसाठी आगरांच्या बाजूस गेली असता पोलिसांनी निष्कारण त्यांच्यावर लाठी चालविली. रा. य. वि. घोटगे व आणखी सावंतवाडीचे एक-दोन इसम यांना लाठीचा बराच मार लागला आहे.

सावंतवाडीतील जनतेचा अपूर्व उत्साह
गुरुवार, ता. १५/५/१९३०

सकाळी सहा वाजल्यापासून तळाजवळ व चावडीजवळ लोकांचे थवे दिसू लागले. प्रत्येक जण शिरोड्याची मोटार आली म्हणजे तिकडून आलेल्या लोकांकडून शिरोड्याच्या बातम्या उत्सुकतेने ऐकत असत. पुष्कळ वेळा त्या बातम्या फुगविलेल्या व कित्येक वेळा तर निखालस खोट्या असल्याचेही दिसून आले. याच बातम्यांमध्ये अशीही एक बातमी आहे की, कलेक्टरसाहेबांना हात जोडून साहेब, साहेब करणारे व सत्याग्रह्यांना 'मीठ नेऊ नका. या आगराची मालकी माझ्याकडे आहे' असे सांगणारे मि. चिंतामणराव सावंत यांस शिरोडे येथे कुणीतरी बेदम मार दिला; पण सध्या खऱ्या-खोट्या बातम्यांचा इतका सुकाळ झाला आहे, की ही बातमी खरी असेलच असे सांगवत नाही. मात्र इकडून काही प्रेक्षक म्हणून गेलेली मंडळी आगर पाहण्यासाठी तिकडे गेली असता त्यातील एक-दोन इसमांना पोलिसांच्या लाठीचा प्रसाद मिळाला ही गोष्ट खरी. आज ११-११॥ वाजता शिरोड्याहून डी.एस.पी. व कलेक्टरसाहेब इकडे आले. सत्याग्रह्यांना पुढे कसे न्यावे हा मोठा बिकट प्रश्न त्यांच्यापुढे पडला होता. कारण, कालच्या लॉरीपैकी मोठ्या मिनतवारीने आणलेल्या दोन्ही लॉरींचे ड्रायव्हर मोटारी पुढे नेण्याचे कबूल करीनात. शेवटी एक वाजण्याच्या सुमारास ३९ सत्याग्रही मोटारींची व्यवस्था करेपर्यंत तुकडीतले पोलीस अधिकाऱ्यांच्या हवाली करून व 'आणखी काही मदत पाहिजे का?' हा मामुली प्रश्न करून साहेबदूरांनी शिरोड्यास प्रयाण केले. संस्थानकडून मोटारीची मदत होत असल्यास सत्याग्रह्यांना वेंगुर्ले येथे नेऊन तिकडील अधिकाऱ्यांच्या हवाली करावे, असे कलेक्टरसाहेबांनी इकडील अधिकाऱ्यास सांगितले होते. त्यामुळे त्याची पुढे काय व कशी व्यवस्था करावी याचा विचार मे. शेखबाबा, मे. स्वार, डे. मॅजिस्ट्रेट, मे. चंद्रचूड हे स्थानिक एक-दोन इसम घेऊन करत होते. पण एक वाजेपर्यंत काहीच न ठरता सर्व मंडळी घरी गेली. त्याच्यापूर्वी १-१॥ वाजण्याच्या आत सर्व सत्याग्रही जेवून आले. चार वाजेपर्यंत अधिकाऱ्याचा विचार चालू होता. शेवटी, पाच वाजण्याच्या सुमारास सर्व सत्याग्रह्यांना नवीन पोलीसलाइनीत नेण्यात आले व पुढची व्यवस्था होईपर्यंत त्यास तेथेच ठेवण्याचे ठरले, असे समजते.

१७ मे, १९३०

महाराष्ट्र कायदेभंग मंडळाचा जाहीरनामा
शिरोडे येथील मिठाच्या सत्याग्रहाचा विजय

महाराष्ट्र कायदेभंग मंडळाने मिठाच्या सत्याग्रहातील अखेरचा निकराचा लढा शिरोडे येथे मिठागरांवर हल्ला करून लढवावयाचे ठरले होते. मिठाच्या मालकांना मिठाची भरपूर किंमत देऊन सरकारी पहाऱ्याला न जुमानता व सरकारी कर न भरता मीठ बाहेर आणून स्वस्त दराने विकणे हे या लढ्याचे स्वरूप पूर्वीच जाहीर करण्यात आले होते. अर्थातच, या लढ्याचे स्वरूप खासगी मालमत्तेवर हल्ला करण्याचे नसून सरकारचा जुलमी कर न देण्याचे होते.

महाराष्ट्र कायदेभंग मंडळाने रणांगणावर महाराष्ट्राचे रक्तसिंचन होईपर्यंत हा लढा लढविला पाहिजे असे योजिले होते आणि कारागृहात जाताना मंडळाचे प्रमुख सभासद देशभक्त शंकरराव देव यांनी तोच संदेश महाराष्ट्रास दिला होता. ता. १२ मे व २२ मे यांच्या दरम्यान अटकेत पडून जखमी होऊन अथवा प्राणदान करून सुमारे ५०० स्वयंसेवकांची आहुती पडेपर्यंत हा लढा लढवावा, असे मुक्रर करण्यात आले होते. सदरहू योजनेप्रमाणे ता. १२ मे सोमवार रोजी सकाळी ६ वाजता दोन मिठागरांवर पहिला हल्ला करण्यात आला. या पहिल्याच दिवशी एकंदर ८८ स्वयंसेवकांना अटक करण्यात आली. तरी त्या दिवशी ८०० मण मीठ स्वयंसेवकांनी बाहेर काढून विकले.

ता. १३ मे, मंगळवार रोजी (दुसऱ्या दिवशी) सरकारी अधिकाऱ्यांनी आपल्या धोरणात बदल करून स्वयंसेवकांना लाठ्यांनी मारण्यास प्रारंभ केला व शेवटी १५३ स्वयंसेवकांना अटकेत ठेविले. त्या दिवशी सुमारे ३०टन मीठ स्वयंसेवकांनी बाहेर आणले.

ता. १४ मे रोजी (तिसऱ्या दिवशी) सकाळी रीतसर सत्याग्रह सुरू झाल्यावर, पोलिसांनी काही स्वययंसेवकांना लाठ्यांचा मार दिला. अधिकाऱ्यांनी अटक केली आहे असे सांगितल्यावर सत्याग्रह्यांनी अटक मान्य करून सत्याग्रहाचे काम बंद

करावे व अधिकाऱ्यांनी कोणावरही लाठी चालवू नये असे उभयपक्षी स्पष्टपणे ठरले असूनही सरकारतर्फे ही अट मोडली जाऊन स्वयंसेवकांना मार बसला. या दिवशी एकंदर ५३ स्वयंसेवकांस मार बसला. त्या दिवशी पोलिसांची संख्या वाढल्यामुळे अधिकाऱ्यांच्या विरोध अधिक झाला. पण त्या दिवशी सुमारे १०० मण मीठ आणून विकण्यात आले. दिवस चवथा ता. १५ मे हा या लढ्यातील अत्यंत महत्त्वाचा दिवस ठरला.

पहिल्या तीन दिवसांत प्रतिपक्षाच्या धोरणावरून ५०० स्वयंसेवकांची आहुती पडण्याच्या दृष्टीने हा लढा आणखी ४/५ दिवस तरी लांबेल अशी कल्पना झाली होती; परंतु या दिवशी सरकारी सर्व तुरुंग भरलेले आहेत, या सबबीवर स्वयंसेवकांना अटक न करता लाठ्या मारून अथवा गोळीबार करून त्यांना जायबंदी करावे असे धोरण आपण स्वीकारणार असल्याचे जिल्हाधिकाऱ्यांच्या बोलण्यावरून अनुमान होऊ लागले होते. अर्थात, या लढ्याची विशेष पूर्वतयारी करता यावी म्हणून आम्ही हा लढा नेहमीप्रमाणे सकाळी सुरू न करता सायंकाळी चार वाजता सुरू करण्याचे ठरविले. त्याप्रमाणे त्या वेळी दोन्ही पक्षांची सैन्ये परस्परविरुद्ध दिशेने चालू लागून मिठागरांपासून सुमारे १०० कदमांवर येऊन भिडली. या ठिकाणी प्रतिपक्षाचे सुमारे १०० लाठीबंद पोलीस चंद्रकोरीच्या आकारात सडक अडवून उभे होते आणि त्यांच्या मागे काही अंतरावर सशस्त्र २० पोलीस बंदुका रोखून उभे होते. लाठीबंद पोलिसांच्या पुढे डिस्ट्रिक्ट मॅजिस्ट्रेट, पोलीस सुपरिन्टेंडंट व पोलीस इन्स्पेक्टर हे उभे होते.

सत्याग्रही सैनिक प्रथम फक्त ८८ होते. सैनिकांच्या मागे आसपासच्या गावांतील व शिरोड्यातील हजारो लोक युद्ध पाहण्यास जमा झाले होते. सत्याग्रही कॅम्पचे 'ॲम्ब्युलन्स कोअर' नेहमीप्रमाणे जवळच जय्यत तयार होते.

दि. मॅजिस्ट्रेटने 'तुम्ही बेकायदेशीर जमाव करीत आहात म्हणून एकदम परत जा, नाहीतर वाटेल त्या परिणामांस तयार व्हा,' अशा अर्थाची सूचना सत्याग्रहींना दिली. अर्थात, सत्याग्रही सेनेने ती मान्य न करता भजन करीत पुढे चाल सुरू केली. त्याबरोबर अधिकाऱ्यांचा अमानुष हुकुमावरून पोलिसांनी शांतताप्रिय, अनात्याचारी व निःशस्त्र सत्याग्रहींवर ते तुटून पडले. स्वयंसैनिक बेशुद्ध अथवा जायबंदी होऊन खाली पडेपर्यंत व नंतरही निर्दय व बेफाम वृत्तीने लाठ्यांचा मारा केला. इतकेच काय, परंतु एकेक सत्याग्रहीबरोबर एका वेळेसच अनेक पोलिसांनी तो खाली पडल्यावरही लाठ्यांचे आघात करण्यासच कित्येकदा बुटांनी मारण्यासही कमी केले नाही. तरीही एकही सैनिक मागे फिरला नाही. सत्याग्रही एकामागून एक घायाळ होऊन खाली पडू लागले व त्यांना तत्काळ सत्याग्रह्यांनी योजिलेल्या ॲम्ब्युलन्स कोअरने जवळच असलेल्या समर्थाश्रमातील रुग्णालयात नेण्यास सुरुवात केली.

या प्रसंगाचे आणीबाणीचे स्वरूप पाहून महाराष्ट्राने आपले जास्तीत जास्त बलिदान याच वेळी करावे व या दिवसाचा लढा निकराचा व यशस्वी करून दाखवावा असे महाराष्ट्र कायदेभंग मंडळाने ठरविले व शिबिरात असलेल्या सर्व सैनिकांस रणांगणावर तत्क्षणीच बोलावून नेण्यात आले. या वेळी रणांगणावर १००-१२५ स्वयंसैनिक हजर झाले.

प्रो. धर्मानंद कोसंबी यांनी सैन्याचे नेतृत्व आपणाकडे घेतले व आपणावर लाठी चालविण्यास आव्हान केले; पण त्यांना अटक करून जवळच बाजूस बसविण्यात आले व स्वयंसेवकांवर लाठी सुरू ठेवली.

यानंतर शेवटच्या निकराच्या हालचालीत सेनापती गोखले यांनी नेतृत्व घेतले. सेनापती गोखले यांनी विद्युतवेगाने आपल्या सैनिकांच्या तीन तुकड्या करून त्यांची रचना व हालचाल प्रतिपक्षाच्या डोळ्यांत भरते न भरते तोच तीन दिशांनी पुढे चालू केली. पोलीस व सरकारी अधिकारी क्षणभर भांबावून गेले. थोड्या वेळात त्यांच्या सैनिकांच्याही हालचाली सुरू झाल्या. एवढ्या अवधीत खानदेशातील श्री. श्रीपादराव कुळकर्णी व श्री. मल्हार रामजी चिकाटे काही स्वयंसेवकांसह शत्रूच्या भांबावलेल्या सैन्यातून मार्ग काढून लाठीच्या माराखाली मिठागरावर जाऊन पोहोचले. या स्वयंसेवकांनी डोळ्यांचे पाते लवते न लवते, तोच मिठागराचे कुंपण तोडले व ते आतील राशीवर जाऊन उभे राहिले आणि स्वयंसेवक मीठ बाहेर काढू लागले. इतक्यात, पोलिसांनी त्यांना गराडा घातला व इतर सैनिकांना गाठून सर्वांवर अत्यंत क्रूरपणाने लाठ्यांचा हल्ला चालविला व सत्याग्रही घायाळ होऊन जमिनीवर पडू लागले. ते पडले असताही पोलिसांचा बेदम मार चालूच होता. थोड्याच वेळात सेनापती गोखले व तरुणवीर श्री. कुळकर्णी व श्री. चिकाटे हेही घायाळ होऊन खाली पडले. या वेळेपर्यंत एकंदर १२५ सैनिकांना मार बसला. त्यांतील सुमारे १०० रुग्णालयात उचलून न्यावे लागले. एवढ्या घोर प्रसंगातूनही आगरातील काही मीठ स्वयंसेवकांनी बाहेर आणलेच. या वेळी जिकडेतिकडे जयजयकाराचा एकच ध्वनी दुमदुमत राहिला व अशा रीतीने ता. १५ मे रोजी सायंकाळी ७ वाजता महाराष्ट्रातील मिठाच्या सत्याग्रहाचा अखेरचा लढा यशस्वी रीतीने समाप्त झाला. या वेळी पाशवी ब्रिटिश सरकारच्या क्रौर्याची व महाराष्ट्रातील स्वातंत्र्योत्सुक सत्याग्रहींच्या शौर्याची शिकस्त झाली.

या लढ्यानंतर महाराष्ट्रातील सत्याग्रहींच्या पहिल्या मोहिमेतील नियोजित कार्य संपले आहे, असे आम्ही जाहीर करतो.

आजपावेतो येथे मिठागरावरील हल्ल्याकरिता जमविलेल्या निवडक ५०० स्वयंसेवकांपैकी ३०० अटकेत आहेत. यांपैकी सुमारे १५० युद्धातील माराने रुग्णावस्थेत आहेत. यांपैकी ४/५ अत्यवस्थ आहे.

सारांश, सरदहू लढा अत्यंत शांतपणे व धीरोदात्तपणे स्वयंसेवकांकडून लढविला गेला. सरकारची क्रूर व अमानुष कृती मात्र त्यात पूर्णपणे दिसून आली. एवढेच नव्हे, तर या लढ्यापासून आणखी एक गोष्ट दिसून आली, ती अशी की, सरकारचा हा अमानुषपणा व शांतपणाने वागणाऱ्या स्वयंसेवकांवर चालविलेली सोटेशाही पाहून लढा पाहण्यास जमलेल्या लोकांमध्ये मात्र भयंकर अशांतता उत्पन्न होते. हा लढा असाच चालविला तर सरकारच्या अत्याचारी धोरणात लोकसमुदायाकडून अत्याचाराचेच उत्तर मिळण्यास उशीर लागणार नाही, अशी भीतिप्रद परिस्थिती उपस्थित होण्याचा संभव आहे. सदर गोष्ट कायदेभंग कमिटीस व प्रमुख कार्यकर्त्यांसच दिसू लागली. एवढेच नव्हे, तर शिरोडे गावातील प्रमुख मंडळींचेसुद्धा असेच मत पडले व त्याप्रमाणे ते त्यांनी लेखी लिहून आम्हाकडे पाठविले आहे. अनत्याचार हा सत्याग्रहाचा आत्मा आहे. आजूबाजूच्या बहुजन समाजाकडून जर अत्याचार झाला, तरीसुद्धा तो सत्याग्रहाचे यश कमी करील व सरकारी धोरण तर अशा अत्याचारास प्रोत्साहन देणारे आहे अशी वस्तुस्थिती असल्यामुळे गेले चार दिवस चढत्या स्वरूपाची लढाई देत देत यात सत्याग्रहींनी सरकारवर चांगलाच विजय मिळविला.

आजपर्यंत यशस्वी झालेल्या या लढ्याला अत्याचाराचे गालबोट लागू नये या हेतूने आजूबाजूला शांततेचे वातावरण दिसून येईपर्यंत हा चढाईचा सत्याग्रह तहकूब ठेवण्यात येत आहे.

शिरोडे येथील कायदेभंग

शनिवार, ता. १७ मे

गुरुवारी संध्याकाळी झालेल्या घनघोर धुमश्चक्रीनंतर हा संग्राम असाच पुढे चालू ठेवणे कितपत योग्य होईल याविषयी विचार सुरू झाला. कमालीच्या सोशीकपणाने स्वयंसैनिक लाठीचा मारा सहन करीत असलेले पाहून लोक शांत राहू शकतील, हे शक्य वाटेना. परस्थांपेक्षा ग्रामस्थांना या गोष्टीची कल्पना जास्त असल्यामुळे काल त्यांनी सत्याग्रहचालकांपुढे युद्धतहकुबीची सूचना मांडली. या सूचनेवर काल संध्याकाळी ५ ते ७ पर्यंत पुढाऱ्यांचे खलबत चालले होते. सेनापती जोखणे व त्यांचे खानदेशी स्वयंसैनिक लढा चालू ठेवावा म्हणणारे होते. पण इतर काही पुढाऱ्यांना सध्याच्या प्रक्षुब्ध वातावरणात लढा तहकूब करणेच योग्य वाटत होते. रात्री दहा वाजता शिबिराच्या आवारात जाहीर सभा बोलविण्यात आली व तीत ग्रामस्थांची विनंती व सत्याग्रहचालकांचा जाहीरनामाही वाचून दाखविण्यात आला.

शिरोडे येथील ग्रामस्थांची विनंती
अधिपती, सत्याग्रही शिबिर, शिरोडे यांचे सेवेसी,

माझ्या खाली सह्या करणारे शिरोड्याचे रहिवासी नम्रतापूर्वक खालील विनंती आपणाला करीत आहेत, तिचा आपण योग्य विचार कराल अशी आशा आहे.

सुमारे महिन्यापूर्वी मिठाचा कायदेभंग शिरोडे येथे सुरू झाला. तो यशस्वी होऊन लोकांत चांगल्या प्रकारची जागृती झाली व शेवटी मिठागरे लुटण्याच्या मोहिमेचे महाराष्ट्रातील मुख्य केंद्र शिरोडे हेच असावे, असे ठरले. त्याप्रमाणे, गेल्या सोमवारपासून मीठ लुटण्याच्या मोहिमेला आरंभ झाला. गेल्या चार दिवसांत शेकडो

मण मीठ कर न देता गावात आणले गेले. सुमारे ३५० स्वयंसेवकांना अटक झाली व १२५ स्वयंसैनिकांना लाठीच्या लहानमोठ्या जखमा झाल्या, तरी त्यांनी शौर्याने आपले काम पार पाडले. गुरुवारी संध्याकाळी आपल्या नेतृत्वाखाली जी मोहीम झाली, तिच्यातील स्वयंसैनिकांनी लाठ्या, संगिनी व चाकू यांच्या माराला न जुमानता जे शौर्य दाखविले, त्याची आठवण शिरोड्याला सदोदित राहील, यात संशय नाही.

पूर्वसंकल्पाप्रमाणे, सत्याग्रह्यांची ही मोहीम यशस्वी झाली आहे, असे आम्हास वाटते. या मोहिमेकरिता जवळजवळ ५०० स्वयंसैनिकांनी स्वार्थत्यागपूर्वक अटक व जबर मार या गोष्टी कवटाळलेल्या आहेत. महाराष्ट्र सत्याग्रह मंडळाने ठरविलेली स्यंसैनिकांची संख्या अशा रीतीने पूर्ण झाली आहे. करिता ही मोहीम आता इथेच थांबवावी, अशी आमची नम्र विनंती आहे. खाली दिलेल्या कारणांवरून तिची संयुक्तिकता आपणाला दिसून येईल.

(१) शिरोडे, रेडी वगैरे गावांतील लोक समुदाय आतापर्यंत पूर्णपणे अनत्याचारी राहिला आहे; पण निरपराधी व नि:शस्त्री सैनिकांवर काल पोलिसांनी लाठ्या चालविलेल्या पाहून लोकांच्या मनात जो क्षोभ झाला आहे तो या माराची पुनरावृत्ती झाल्यावर केव्हा पेट घेईल याचा नेम नाही. गुरुवारी संध्याकाळी स्थानिक पुढाऱ्यांनी प्रयत्नांची शिकस्त केल्यामुळे जनसमाज शांत राहिला; पण यापुढे त्याला कह्यात ठेवणे अशक्य होईल असे स्थानिक पुढाऱ्यांना वाटत आहे. जनसमाज क्षुब्ध झाल्यास अत्याचार घडून येतील व तसे झाले तर सर्वांवर गोळीबार करण्याची संधी सरकारला आयतीच मिळेल. ती तशी मिळू नये म्हणून मोहीम आता संपली असे जाहिर करणे इष्ट आहे.

(२) गोळीबार झाल्यास शस्त्रक्रियेने गोळी काढून टाकण्याची व्यवस्था अवश्य असली पाहिजे. तशी व्यवस्था इथे नसल्यामुळे मोहीम सुरू राहून गोळीबारापर्यंत मजल आल्यास ते स्वयंसैनिक व ग्रामस्थ या सर्वांच्या सुरक्षिततेच्या दृष्टीने अनिष्ट आहे.

(३) कोकणातील पावसाळा साधारणत: मेच्या तिसऱ्या आठवड्यात सुरू होतो. त्यामुळे मोहिमेचे काम व बोटीचा प्रवास या दोन्ही गोष्टी जसजसे दिवस वाढत जातील तसतशा अधिक त्रासदायक होतील. परत जाणाऱ्या स्वयंसैनिकांना लवकर जावयाला मिळाले तरच त्यांना बोटीचा फारसा त्रास होणार नाही. गावातील कार्यासाठी काही थोडे स्वयंसेवक ठेवून व जखमी स्वयंसैनिक जसजसे बरे होतील तसतसे आपल्या गावी पाठविण्याची व्यवस्था करून बाकीच्या स्वयंसैनिकांना मोहीम पूर्ण झाली म्हणून परत पाठविणे मोहिमेच्या व गावाच्या दृष्टीने इष्ट आहे असे आमचे मत आहे. अशा लढ्यात जेवढा तात्त्विक विजय मिळावयाचा असतो, तेवढा

आपण खास मिळविला आहे.

वरील सर्व गोष्टी लक्षात घेऊन आपण मोहीम पुरी झाली असे जाहीर करून पुढील व्यवस्थेला लागाल, अशी आम्हाला आशा आहे.

आपले नम्र,

ग्रामस्थांच्या सह्या

१६ मे, १९३०

शिरोडे येथील कायदेभंग

शिरोडे बाजारातील मीठ खलास झाले असून कर भरून मीठ आणावयाचे नाही, असा लोकांनी निश्चय केला आहे. तारीख ३ रोजी रेडी, शिरोड्याची सुमारे पाचशे माणसे मिठागरांवर हल्ला करण्यास तयार झाली होती; पण पुढाऱ्यांनी त्यांना आवरले. महात्माजींचा हुकूम येईल त्याप्रमाणे कार्यक्रम आखावयाचा असा त्यांचा बेत होता; पण विधिघटना निराळीच होती. ता. ५ रोजी म. गांधींना अटक झाल्याची बातमी येथे पोहोचून ता. ५, ६ व ७ रोजी कडकडीत हरताळ पाळण्यात आला.

ता. ३ रोजी धर्मानंद कोसंबी व अण्णासाहेब सहस्रबुद्धे हे येथे आले होते व त्यांची परिणामकारक भाषणे झाली. श्री. पंडित, परचुरे वगैरेंची व्याख्याने मधूनमधून होत आहेतच. ता. ४ रोजी दे.भ. विनायकराव भुस्कुटे, ता. ९ रोजी श्री. सत्यभामाबाई कुवळेकर वगैरे मंडळी येथे आली असून स्वयंसेवकांचे थवेच्या थवे येथे येऊ लागले आहेत. सत्याग्रह संग्रामाचे शिरोडे येथे प्रमुख केंद्र बनणार असून सुमारे ५/७शे परस्थ सत्याग्रही येथे जमतील असा अंदाज आहे.

सांप्रत शिरोड्याच्या मिठागरात ऐंशी हजार मण मीठ पडून राहिलेले असून त्यातून एका शेराचीही विक्री होत नाही. कराच्या रूपाने जमणारा पैसा इकडून मध्यवर्ती खजिन्याकडे जावयाचा असता चालू महिन्याच्या पगारासाठी येथील कस्टमला वेंगुर्ल्याहून पैसा मागवावा लागला.

ता. ७ रोजी धर्मानंद कोसंबी हे सरहद्दीपलीकडे तेरेखोल येथे गेले असता गोमंतक सरकारने त्यांस अचानक पकडून पेडण्यास नेले. पण लवकरच गोवे सरकारला आपली चूक कळून आली व धर्मानंदाची बिनशर्त सुटका झाली.

समुद्राचे पाणी आणून त्याचे मीठ बनविण्याचा कायदेभंग शिरोड्याच्या व लगतच्या गावातील स्त्री-पुरुषांनी व पोरासोरांनादेखील इतक्यांदा केला आहे की, तसला सत्याग्रह हा इकडील लोकांना आता पोरखेळ वाटू लागला आहे. लोकांची

ही तयारी पाहून पुढाऱ्यांनी येथे जास्त महत्त्वाचा कार्यक्रम अमलात आणण्याचे ठरवून मिठागरे लुटण्याचे योजिले आहे. या बाबतीत महाराष्ट्र सत्याग्रह मंडळातील शिरोडा छावणीच्या सभासदांनी खालील पत्रक प्रसिद्ध केले आहे –

शिरोडे येथील सत्याग्रह संग्राम

महाराष्ट्रातील मिठाच्या सत्याग्रहाचा अखेरचा निकराचा सत्याग्रह संग्राम शिरोडे येथे लढण्याचे महाराष्ट्र कायदेभंग मंडळाने आता मुक्रर केले आहे. सर्व महाराष्ट्रातील शेकडो निवडक स्वयंसैनिक येथे येऊन तळ देऊन बसले आहेत. येथे अनेक मिठागरे असून त्या मिठागरांतील मीठ सरकारी कर न भरता सत्याग्रहाने बाहेर काढावे व त्या प्रयत्नांत आपले बलिदान करावे लागले तरी करावे अशा निर्धाराने हा लढा पावसाळ्याच्या प्रारंभापर्यंत म्हणजे ता. १२ ते २२ मे पर्यंत चालू राहणार आहे.

हा दरोडा नव्हे

सरकारच्या अन्याय्य व जुलमी करापासून लोकांची मुक्तता व्हावी आणि प्रत्येकास स्वातंत्र्य, मीठ मुबलक मिळावे व मिठाच्या बाबतीतले इंग्रजांचे जुलमी राज्य नष्ट होऊन राष्ट्रीय राज्य प्रस्थापित व्हावे, हा या सत्याग्रहाचा उद्देश आहे. मिठाचे आगरवाले अगर त्यांचे अखत्यारे किंवा त्यांच्या संपत्तीवर हा दरोडा टाकून मोबदला देऊन सत्याग्रही त्यातील मीठ सरकारच्या पहाऱ्याला न जुमानता बाहेर काढणार आहेत. या सर्व कामावरील सर्व वर्गांच्या लोकांचे सहकार्य व सहानुभूती सत्याग्रही लोकांस हवी आहे.

ही सरकारची करबंदी आहे

परकीय सरकारला हिंदी लोकांनी कर न देता ते राज्य बंद पाडावे व आपले स्वातंत्र्य परत मिळविण्याचा हा लढा आहे व तो लढणे हा आमचा अधिकार आहे. या वेळी सर्व महाराष्ट्राने या युद्धाला पाठिंबा दिला पाहिजे. महाराष्ट्रातील ज्या लोकांना या संग्रामात प्रत्यक्ष भाग घ्यावयाचा नसेल त्यांनी हा सत्याग्रहाचा अपूर्व संग्राम पाहण्यास येथे यावे व सर्व वर्तमानपत्रांनी आपले बातमीदार पाठवावेत अशी कायदेभंग मंडळाची इच्छा आहे. महाराष्ट्रातील स्वातंत्र्यप्रिय जनतेच्या साहाय्याने व पाठिंब्याने हा लढा चालणार असून परमेश्वरी प्रसादाने हे धर्मयुद्ध यशस्वी होणार

आहे. म. गांधीची अपुरी राहिलेली ही इच्छा पुरी करण्याची प्रतिज्ञा महाराष्ट्राने केली आहे व ती पुरी होणार, अशी आमची खात्री आहे.

सभासद म.स.मं. शिरोडे छावणी – वा. नी. आठल्ये, शं. द. जावडेकर, वि. म. भुस्कुटे, ना. मा. गोखले.

१३ मे, १९३०

महाराष्ट्र साहित्य संमेलन

अधिवेशन पंधरावे

मडगाव, ता. ३, ४, ६ मे १९३०

पूर्वी ठरल्याप्रमाणे मडगाव येथील पंधरावे महाराष्ट्र साहित्य संमेलन ता. ३, ४, ५ मे रोजी मोठ्या थाटाने व यशस्वी रीतीने साजरे झाले. गोवा सरकारने मध्यंतरी निष्कारण निर्माण केलेल्या घोटाळ्यामुळे संमेलन भरते की नाही याची भावना उत्पन्न झाली असता गोमंतकस्थ कार्यकर्त्यांनी मोठ्या परिश्रमाने व चिकाटीने सर्व प्रकारच्या अडथळ्यांतून आपला मार्ग काढला व संमेलन यशस्वी केले ही गोष्ट त्यांना निःसंशय भूषणावह आहे. गोवे सरकारनेही समजूत पटताच संमेलनासाठी येणाऱ्या लोकांना कोणत्याही प्रकारचा त्रास होणार नाही, अशाबद्दलची दक्षता बाळगण्याविषयी सरहद्दीवरील आपल्या नोकरांस सक्त हुकूम सोडले; इतकेच नव्हे तर परस्थ पाहुण्यांच्या संरक्षणाची इतकी आस्था दाखविली, की संमेलनाच्या अवधीत संमेलन नगरात खास लष्कर व सेनाधिकारी पाठवून दिले होते.

अध्यक्षांची मिरवणूक

संमेलनाध्यक्षांची गाडी मडगाव स्टेशनवर ता. २ रोजी संध्याकाळी सहा वाजता पोहोचली. या गाडीत अध्यक्ष श्री. कृ. कोल्हटकर, वा. ना. देशपांडे, स. वा. हुदलीकर, का. न. केळकर, बाळूताई खरे, ग. स. मराठे, घा. कृ. भावेप्रभृती सुमारे शंभर साहित्यसेवक होते. गाडी स्टेशनात येताच बॅन्डच्या सुस्वर वादनात पाहुण्यांचे स्वागत झाले व लगेच मिरवणुकीस आरंभ झाला. अध्यक्षांची मोटार, पाहुण्यांच्या ५०-६० गाड्या व शेकडो पादचारी ग्रामस्थ यांच्या योगाने मिरवणुकीस रम्य स्वरूप आले होते. नगरपर्यटन करून मिरवणूक संमेलन नगरात आली. या ठिकाणी

प्रतिनिधींची उतरण्याची उत्कृष्ट सोय करण्यात आली होती.

संमेलनास सुरुवात

ता. ३ रोजी संध्याकाळी चार वाजता संमेलनासाठी उभारलेल्या भव्य मंडपात संमेलनास प्रारंभ झाला. सुस्वर पद्यगायनानंतर स्वागताध्यक्ष श्री. सांबाराव सरदेसाई यांनी स्वागतपर भाषण केले. या भाषणात गोमंतकाचा परिचय, पूर्वपीठिका व गोमंतकीयांनी केलेली महाराष्ट्र वाङ्मयाची सेवा यांचा सविस्तर उल्लेख करण्यात आला होता. त्यानंतर संमेलनाला त्यांनी शुभचिंतनपर संदेश पाठविले होते, त्यांची नावे वाचून दाखविण्यात आली. अशांची संख्या सुमारे ६०/७० होती व त्यात श्री. बाळासाहेब पंतप्रतिनिधी, न. चिं. केळकर, सरदार आंग्रे, सरदार किबे, माधवरावजी अणे इत्यादी लोक प्रमुख होते. संदेश वाचल्यानंतर अध्यक्षांची रीतसर सूचना मांडण्यात व तत्संबंधाने डॉ. बोरकर, सामंत, श्री. कृ. कोल्हटकर, ना. गो. चापेकर, प्रो. बेहेरे, वा. ना. देशपांडे व चिं. वि. जोशी यांची भाषणे झाली. त्यानंतर अध्यक्ष स्थानापन्न होऊन त्यांनी आपल्या प्रास्ताविक भाषणाला प्रारंभ केला.

अध्यक्षांचे भाषण

स्वागत मंडळाने दिलेल्या मानाबद्दल आभार मानून व दिवंगत साहित्यसेवकांच्या निधनाबद्दल दुःख व्यक्त करून अध्यक्ष म्हणाले–

"मराठी वाङ्मयासंबंधीच्या प्रस्तुत कर्तव्यक्षेत्रात पाऊल टाकण्यापूर्वी वाङ्मयाची प्रवृत्ती कोठून झाली व त्यांची ध्येये काय हे पाहून मराठी वाङ्मयाचे सध्याचे स्थान व स्वरूप ठरविण्याचा प्रयत्न केल्यास तो अप्रासंगिक होणार नाही, असे वाटते. प्रथम वाङ्मयाची आद्यप्रवृत्ती कशी झाली ते पाहू. याचा विचार करताना माझ्या मते वाङ्मयाचे (१) बुद्धिपुरस्सर किंवा बोधपूर्ण वाङ्मय (२) अबुद्धिपुरस्सर किंवा अबोधपूर्व वाङ्मय असे दोन वर्ग कल्पिणे उपयुक्त होईल. मानवी वाङ्मयाचे जे एक अंग आहे, त्याच्या द्वारे हरतऱ्हेच्या मानवी प्रेरणा, अपेक्षा, वासना व आर्तत्व यांना वाचा फुटते, हे जर खरे असेल तर मानवजातीतील अगदी पहिल्या अपत्याने जन्माला आल्याबरोबर काय पाहिजे आहे, काय नको आहे याची जाणीव नसताना केवळ आर्तत्व व्यक्त करणारा जो करुण स्वर काढला, त्या वेळेस त्याने नकळत, अहेतुपुरस्सर व संस्काराचा अत्यंत अभाव आहे अशा रीतीने वाङ्मयनिर्मितीला आरंभ केला असे म्हटले पाहिजे.

बुद्धिपुरस्सर किंवा बोधपूर्व वाङ्मय याचा उगम (१) सत्यसंशोधन व सत्यकथन (२) सौजन्यपृथक्करण व सौजन्यबोध आणि (३) सौंदर्यमीमांसा व सौंदर्योपासना यांमध्ये आहे. सत्यसंशोधन व सत्यकथन यासंबंधींचा विचार करावयाचा म्हणजे तुम्ही-आम्ही असे प्रांजलपणे कबूल केले पाहिजे की आपण कोणीही परिणत-प्रज्ञ, विगत-शंक ब्रह्मवेत्ते नाही. अंतिम व निरपेक्ष सत्य (absolute truth) हे आपल्या कोणाच्या हाती आलेले नाही. आपण सर्व जिज्ञासू आहोत. जगातील हरतऱ्हेच्या सजीव-निर्जीव वस्तूंचे गुणधर्म, त्यांचे व्यापार-व्यवहार, त्याचे संबंध, त्याचे नियम, त्यांची कार्ये यांची अंतिम स्थिती, इत्यादी गोष्टी आपणास अद्यापि साकल्याने कळल्या नाहीत. त्या जेव्हा कळतील इतकेच नव्हे, तर त्या तशाच असाव्यात असे वाटू लागेल व त्याच्याकडे आपण मुक्तचित्ताने पाहू शकू, या वेळेस आपणास पूर्ण ज्ञान झाले अथवा कोणास झालेले नाही. इतकेच नाही, तर या जन्मी होईल किंवा नाही याबद्दल शंका आहे. पुनर्जन्मावर विश्वास ठेवणारे जे लोक आहेत ते 'अनेक जन्मसंसिद्धः ततो याति परां गतिष्टम्' अशा प्रकारच्या वचनावर श्रद्धा ठेवून आपल्या मनाचे समाधान करून घेत असतील. वाङ्मयासारखे पुनर्जन्मावर पूर्ण श्रद्धा नसलेले संशयात्मे असतील ते ते ज्ञान पुरे होवो किंवा न होवो, ते पूर्ण होणे शक्य असो वा नसो, ज्ञानोपार्जनाचे बाबतीत शक्य तेवढा प्रयत्न करीत असतात याचे कारण असे की सत्यामध्ये स्वतः सिद्ध असे एक प्रकारचे पावित्र्य व मान्यत्व आहे.

सत्याप्रमाणे सौजन्याचेही परमतत्त्व अद्यापि आपणाला हस्तगत झालेले नाही. सत्याप्रमाणेच सौजन्यही अद्यापि बरेचसे अनिश्चित, व्यक्तिनिष्ठ व वर्धिष्णू आहे. ते जणू काही प्रयोगावस्थेत असून त्यांचे स्वरूप बदलणारे आहे. कालस्थिती परिस्थिती भेदाने त्याला निराळा आकार येतो व निराळा रंग चढतो व निराळ्या साधनांच्या द्वारे व क्रियांच्या द्वारे ते व्यक्तित्व पावते. एखाद्या वेळेस एखाद्या विशिष्ट स्थितीत रक्तस्राव करण्यात सौजन्य असेल तर दुसऱ्या एखाद्या विशिष्ट परिस्थितीत आपला रक्तस्राव होऊ देण्यात ते व्यक्त होईल. एखाद्या वेळेस एखाद्याला भाकरीशी खाण्याकरिता मीठ देण्यात सौजन्य असेल तर दुसऱ्या एखाद्या परिस्थितीत घरची भाकरी खाऊन मीठ तयार करण्यामध्ये ते व्यक्त होईल. जीवशक्ती मूलतः एकच असून ती निरनिराळ्या प्राणिवर्गाच्या द्वारे व्यक्त स्वरूप पावत आहेत असे जसे काही आधुनिक भौतिकशास्त्रज्ञ (Creative Evolutionists) म्हणतात किंवा आपल्याइकडचे वेदान्ती परमात्मा मूलतः निर्गुण व अनिर्वचनीय स्वरूपाचा असून त्याचे अंश जे जीव त्यांच्या निरनिराळ्या देहांच्या द्वारे त्या परमात्म्याला सगुण स्वरूप येते असे जसे म्हणतात, त्याचप्रमाणे सौजन्यही मूलतः एकाच स्वरूपाचे असेल; पण त्यांचे व्यक्त स्वरूप व्यक्ती, काल, स्थल इत्यादी भेदांमुळे अनेकविध

झालेले आहे. पूर्वी आपण काही गोष्टी नीतिदृष्ट्या चांगल्या मानीत होतो; पण आपण त्या आता चांगल्या मानीत नाही. लहानसहान गोष्टी सोडूनच द्या, मोठमोठ्या गोष्टी उदाहरणार्थ, कुटुंबसंस्था, विवाहसंस्था, धर्म, राजनिष्ठा इत्यादिकांचे स्वयंभू व अनादिसिद्ध वाटणारे प्रामाण्य व पावित्र्य कित्येक लोक आता मानीनातसे झाले आहेत. 'नदीचे मूळ आणि ऋषींचे कूळ पाहू नये' असे म्हणतात, पण आपण आता सगळ्यांचे मूळ कूळ तपासू लागलो आहोत व त्यांचे प्रामाण्य आणि पावित्र्यच आप्तवाक्य किंवा दीर्घकालीन परंपरा एवढ्याच आधारावर गृहीत धरणे आपणाला श्रेयस्कर वाटेनासे आहे. अशा स्थितीत शक्य तेवढा साधकबाधक व सांगोपांग विचार करून ज्याला जे योग्य वाटेल ते त्याने करावे आणि इतरांना करण्यास सांगावे हाच मार्ग उरलेला आहे. खरा वाङ्मयभक्त विचारान्ती ठरलेल्या आपल्या ध्येयाला अनुसरून वागेल व आपल्या वाङ्मयकृतीच्या द्वारे लोकांना ते ध्येयप्रिय, मान्य व आदरणीय होईल अशा रीतीने आपले धोरण ठेवील. इतरांना काय वाटते, लोक काय म्हणतील याची ते विशेष पर्वा करणार नाहीत. लोकांविरुद्ध असलेले शुद्ध नीतितत्त्व सांगण्यास तो कचरणार नाही. परंपरागत शुद्ध आचार व शुद्ध तत्त्वे ही लोकांच्या आदरास, प्रेमास पात्र व्हावीत म्हणून त्याची व क्षयप्रवृत्ती होईल; पण परंपरागत अशुद्ध व धातु तत्त्वे आचार चालीरीती वगैरेंचे अनादरणीयत्व आणि हास्यास्पदत्व लोकांच्या नजरेस आणून देण्याच्या कटू कर्तव्यापासून त्याची वाङ्मय-कृती निवृत्त होणार नाही.''

वरीलप्रमाणे तात्त्विक विवेचन करून अध्यक्षांनी सत्यमीमांसक व बोधप्रवर्तक मराठी वाङ्मयाने आपल्या भाषणात समालोचन करताना इतिहास, भाषाशास्त्र, समाजव्यवस्था, अध्यापननशास्त्र इत्यादी विषयांवरील मराठी ग्रंथांचा निर्देश झाला. मराठी वृत्तपत्राविषयी बोलताना ते म्हणाले, ''मराठी वर्तमानपत्रांकडे दृष्टी वळवली असता 'केसरी'ची प्रथम आठवण होते. या वर्तमानपत्राचे मार्गदर्शित्वाचे कार्य पूर्वीसारखे होत नाही असे मला म्हटले पाहिजे. काही महिन्यांपूर्वी अस्पृश्यांचा सत्याग्रह खुद्द पुण्यात सुरू व्हावयाचा असता आदल्या दिवसाच्या अंकातही या सत्याग्रहासंबंधाने केसरीचे धोरण निश्चित नव्हते, हा देखावा मला तरी खेदजनक झाला. केसरीत अलीकडे वाङ्मयपरीक्षणाला, संशोधनात्मक पत्रव्यवहाराला नवीन कवींच्या काव्यांना वगैरे इष्ट ते महत्त्व दिले जात नाही, हेही सत्यकथनार्थ मला सांगितले पाहिजे. या बाबतीत 'ज्ञानप्रकाश'ने आघाडी मारली आहे व चांगले काम चालविले आहे. 'नवा काळ', 'उदय', 'प्रबोध', 'लोकमत' वगैरे वर्तमानपत्रांसंबधाने मला विशेष काही सांगावयाचे नाही. तो आपापली कामे चांगल्या तऱ्हेने करीत आहे. 'श्रद्धानंदा'तली मते मला पसंत नाहीत; पण ते लिपीत व भाषेत स्वतःस योग्य वाटणारी सुधारणा करण्याचा प्रयत्न करीत आहे म्हणून सावरकर बंधूंचे मला

अभिनंदन करावेसे वाटते. 'भाल्या'तलीही मते मला पसंत नसतात; पण संपादकांची स्वतंत्रवृत्ती व त्यांचा धीटपणा आणि त्यातील भाषेचे एक प्रकारचे कौशल्य ही मला अभिनंदनीय वाटतात. सावंतवाडीचे 'कल्पनातरंग' हे सदर कोपऱ्यात प्रसिद्ध होते; पण त्यातील वाङ्मयविभाग चांगला असतो, हे सांगितले पाहिजे. अलीकडे ब्राह्मणेतर व मजूरवर्गाच्या हितसंबंधांचा विचार करण्याकरिता जी वर्तमानपत्रे निघत आहेत, त्यांपैकी काही सध्या आकुंचित दृष्टीची असली, तरी पुढे-मागे त्यांची उपयुक्तता वाढेल अशी मला आशा आहे. मुंबईतील 'प्रगती' हे नवीन निघालेले साप्ताहिक चांगले आहे. त्याच्याआधीच निघालेले 'विविधवृत्त' हे पुष्कळ लोकप्रिय झालेले आहे व 'बुवाबाजी' वगैरेंवर त्याने अभिनंदनीय कामगिरी केली आहे. कुचेष्टेचे अंग त्यांनी कमी केल्यास ते लोकांच्या आदरास अधिक पात्र होईल.''

यानंतर सौंदर्योपासक वाङ्मयाच्या तात्त्विक स्वरूपाची चर्चा व त्या सदरात पडणाऱ्या मराठी वाङ्मयाचा आढावा अध्यक्षांनी घेतला असून शेवटी खास महाराष्ट्राबाहेर गेलेल्या महाराष्ट्रीयांनी चालविलेल्या मराठी भाषेच्या सेवेचा सादर उल्लेख केला आहे. शेवटी, गोमंतकीयांविषयी पुढील उद्गार काढून त्यांनी आपले भाषण संपविले.

''गोव्याकडील लोकांचा अभिमान तर इतर ठिकाणच्या लोकांहून अधिक आहे हे मी केवळ उपचार म्हणून म्हणत नाही, तर मनापासून म्हणतो. त्यांची मी आता नावे घेतली नाहीत याचे कारण इकडच्या लोकांना ती विदितच आहेत व दुसरे असे की, स्वागताध्यक्षांच्या भाषणात पुष्कळसा उल्लेख आलेलाच आहे. इकडील लोकांच्या मराठी भाषेविषयीची व महाराष्ट्रीयांविषयीची हिंदुधर्माविषयीची भक्ती पाहून माझे मन उचंबळून येते व त्यांच्या प्रेमाची आपण योग्य ती फेड करीत नाही हे मोठे पाप करीत आहोत, असे पुष्कळ वेळा वाटते. इकडे येऊन गेलेल्याच्या हक्काची परिस्थिती पाहिलेल्या पुष्कळ लोकांचा असा अनुभव आहे. आमचे स्वागत करणाऱ्या इकडील मंडळींना माझे पुणेकरांच्याच नव्हे तर सर्व ठिकाणच्या लोकांच्या वतीने असे सांगायचे आहे की, स्थानाच्या दूरत्वामुळे व राजकीय सत्तेच्या भिन्नत्वामुळे आपण आमचे आहात ही जाणीव जेवढ्या तीव्रतेने आमच्यात असावयास पाहिजे होती तेवढी नव्हती हे जरी खरे असले, तरी अलीकडे काही वर्षे ही परिस्थिती बदलतच सुधारत चालली आहे आणि अबुद्धिपुरस्सर केलेल्या या पापाबद्दल आम्हास पश्चाताप होत आहे. तरीपण आपण वैषम्य मानू नये. माझे मराठी भाषेविषयी आपणास जे आत्मीयत्व वाटत आहे त्याकडे आणि आपल्या मनाच्या औदार्याकडे राहिले असता हे सांगण्याचीदेखील जरूर नाही; पण आम्हाला येथे बोलविण्याविषयी उत्सुकता व जे अगत्य दाखविलेत आणि आमच्या सर्वांचे आपण प्रेमभराने उत्साहपूर्वक स्वागत केले त्याचा विचार करता आपल्यासारख्यांना अधिक सांगण्याची आवश्यकता

मुळीच नाही. म्हणून अधिक विस्तार न करता येथे जमलेल्या सर्व लोकांच्या वतीने मी पुन्हा एकदा आपले आभार मानतो व हे लांबलेले भाषण संपवितो.''

संमेलनातील ठराव

ता. ३ रोजी अध्यक्षांचे भाषण झाल्यानंतर दिवंगत वाङ्मयसेवकांच्या निधनाबद्दल दुःख प्रकट ठराव करण्यात येऊन त्या दिवसाचे काम संपले. ता. ४ व ५ रोजी मंजूर झालेल्या ठरावांची संख्याही फारशी नव्हती. या दोन्ही दिवशी बराचसा वेळ निबंधवाचनात व शुद्धलेखन कमिटीच्या रिपोर्टवर चर्चा करण्यात गेला. विश्वविद्यालयाच्या पहिल्या दोन वर्षांत मराठीचा समावेश व्हावा किंवा नाही याविषयीही बरीच चर्चा झाली.

१३ मे, १९३०

शिरोडे येथील अखिल हिंदूंचे सहभोजन

पूर्वी प्रसिद्ध झाल्याप्रमाणे शिरोडे येथे बॅ. सावरकर यांच्या अध्यक्षतेखाली अखिल हिंदूंचे सहभोजन गेल्या शनिवारी मोठ्या उत्साहाने पार पडले. या सहभोजनासाठी श्री. आप्पासाहेब पटवर्धन, श्री. स. महाजन, पां. वि. करमळकर प्रभृती, काँग्रेस कार्यकर्ते, रत्नागिरी जिल्हा हरिजन सेवक संघाचे चिटणीस श्री. आबासाहेब वालावालकर, श्री. पांगम, सौदागर, ठाकूर, खानोलकर, विनायक शिरोडकर इत्यादी वेंगुर्ले येथील तरुण मंडळी, सावंतवाडीचे श्री. म. द. शिरोडकर व सौ. सुशीलाबाई शिरोडकर, सावंतवाडी हरिजन परिषदेचे स्वागताध्यक्ष श्री. देवराम संतु केनवडेकर व त्यांच्या पत्नी, डॉ. भागवत, श्री. व. ना. नार्वेकर वकील, प. जि. नाडकर्णी वकील, वि. स. कोटणीस, सावंतवाडीच्या बाजारपेठेतील कित्येक व्यापारी अशी बाहेरगावची बरीच मंडळी बॅ. तात्यारावांचे भाषण ऐकण्यासाठी व सहभोजनात भाग घेण्यासाठी मुद्दाम हजर राहिली होती. निर्भीडकार गद्रे यांनी शुभचिंतनपर संदेश पाठविला होता.

बॅ. सावरकर, आप्पासाहेब पटवर्धन वगैरे मंडळी शनिवारी सकाळी आगबोटीने वेंगुर्ले येथे उतरून शिरोडे येथील महारवाड्यास भेट देऊन आले. संध्याकाळी ६.३० वाजता इंग्रजी शाळेच्या मागील भव्य गांधी पटांगणात बॅ. सावरकर यांचे श्री. वि. स. खांडेकर यांच्या अध्यक्षतेखाली सुमारे दीड तासपर्यंत अत्यंत परिणामकारक व सुश्राव्य व्याख्यान झाले. श्रोतृसमुदाय पाच-सहाशेंच्या वर हजर होता. बऱ्याच स्त्रियाही व्याख्यानास हजर राहिल्या होत्या.

अध्यक्षस्थानी श्री. वि. स. खांडेकर यांची योजना झाल्यानंतर सहभोजनमंडळ, शिरोडे नागरिक, जातपाततोडक मंडळ वेंगुर्ले, मोहनदास वाचनालय वेंगुर्ले, वैनतेय संस्था व गणेश मोफत वाचनालय वेंगुर्ले व शिरोडे हरिजन मंडळी, शिरोडे व्यापारी मंडळ, वेंगुर्ले खादीभांडार, इत्यादीकांतर्फे बॅ. सावकर यांना पुष्पहार अर्पण करण्यात आले. बॅ. सावरकर यांनी आपल्या भाषणात हिंदू समाजाचे जातिभेदाने केवढे भयंकर

नुकसान केले आहे व जातिभेदाची बेडी तोडून टाकणे आजच्या काळात किती आवश्यक आहे, याचे मोठ्या परिणामकारक रीतीने विवेचन केले. जातिभेदाचे परिणाम व्यवसायबंदी, स्पर्शबंदी, रोटीबंदी व बेटीबंदी हे असून त्यांतील पहिले दोन निर्बंध बव्हंशी शिथिल झालेले असले, तरी उपरोक्त दोहोंची पकड समाजावर अद्याप फार मोठी आहे व ती नष्ट झाल्याशिवाय तरणोपाय नाही, समाजकारण हे राजकारणापेक्षा गौण वाटले तरी त्यांचा प्रत्येकांशी अत्यंत निकट संबंध येत असल्यामुळे, ते त्वरित हाती घेणे जरूर आहे, कालमानाप्रमाणे सुधारणा होईल म्हणून स्वस्थ बसणे योग्य नाही; कारण आज ज्या गोष्टी कालमानाने घडल्या असे म्हणतो, त्या पूर्वी करण्यात आलेल्या प्रयत्नांमुळे घडून आलेल्या असतात व त्यामुळे आणखी ज्या गोष्टी घडाव्यात, असे आपणास वाटते. त्यासाठी तीव्र प्रयत्नांची आवश्यकता आहे, रत्नागिरी जिल्ह्याने अस्पृश्यतेचे निर्मूलन आणि जात्युच्छेदन यांत मिळविलेले अग्रेसरत्व या बाबतीत नेहमीच पुढे पाऊल टाकून कायम ठेवले पाहिजे, असे त्यांनी सांगितले.

वरील आशयाचे बॅ. सावरकर यांचे भाषण झाल्यानंतर डॉ. भागवत, श्री. आप्पासाहेब पटवर्धन, हरिजन शिक्षक श्री. जाधव-प्रभृतींची भाषणे झाली. नंतर सावंतवाडी येथील व्यापारीवर्गातर्फे श्री. दुर्गाराम मुंज यांनी बॅ. सावरकर यांना पुष्पहार अर्पण केला व शेवटी समारोप झाल्यानंतर सभेचे काम संपले.

सहभोजनाची व्यवस्था ट्यु. इं. स्कूलच्या प्रशस्त दिवाणखान्यात करण्यात आली होती. सहभोजनाला अपेक्षेपलीकडे गर्दी झाल्यामुळे दोनदा पंक्ती बसवाव्या लागल्या. ब्राह्मण, मराठे, भंडारी, देवळी, चांभार, वैश्य इत्यादी सर्व जातींच्या लोकांनी सरमिसळ बसून मोठ्या प्रेमाने एकत्र भोजन केले. स्थानिक व परस्थ मिळून ८/१० हरिजन, हरिजनेतर स्त्रियाही बसल्या होत्या. हरिजनेतर स्वयंसेवकांबरोबर रा. जाधव-प्रभृती हरिजन स्वयंसेवकही वाढण्याचे काम मोठ्या उत्साहाने करीत होते. बॅ. सावरकर यांनी जात्युच्छेनार्थ हे सहभोजन करीत आहोत असा संकल्प सोडल्यानंतर हास्यविनोदात गप्पागप्पांत भोजनाचा कार्यक्रम पार पडला. बॅ. सावरकर रविवारच्या बोटीने रत्नागिरीस गेले.

शिरोडे येथील सहभोजनात विशेष असलेली गोष्ट म्हणजे, अखिल हिंदी पंगत ही होय. प्रस्तुत सहभोजनाची योजना अखिल हिंदूंचे सहभोजन धर्मातील सर्व जातीच्या सरमिसळ पंगती तर बसल्याच. पण भोजनव्यवहारात धर्मभेदाचा संकुचितपणाही नसावा अशा दृष्टीने श्री. आप्पासाहेब पटवर्धनप्रभृती काही मंडळी एका मुसलमान गृहस्थाला आपल्या पंगतीस घेऊन भोजनास बसली होती. जातिभेदाप्रमाणे धर्मभेदाचा संकुचितपणा नाहीसा करून राष्ट्रीय वृत्ती वाढविण्याच्या कामीही सहभोजनाचा उपक्रम आज ना उद्या सुरू होणार, हे उघड आहे. शिरोडे सहभोजनातील

श्री. आप्पासाहेबांची ही पंगत हा त्यांचाच प्रस्ताव होता, असे म्हणायला हरकत नाही. हिंदू सहभोजकांची व हिंदी सहभोजकांची नावे खाली वेगवेगळी देण्यात आली आहेत.

सहभोजकांची नावे

रा. शं. नाईक, बा. म. बांदेकर, श्री. रा. साळगावकर, य. द. पडवळ, प. भा. शेट्ये, रा. वा. न्हावेलकर, र. रा. राजाध्यक्ष, शां. वि. मोची, दि. म. नाबर, भा. शं. नाबर, ल. म. जाधव, दे. शि. बांदोडकर, द. गो. परब, स. शं. आसोलकर, ल. कृ. कांबळी, रा. शि. शिरोडकर, ग. वि. नाईक, वि. बा माईणकर, ज. वा. गावडे, का. वि. नाईक, ला. स. भगत, स. सि. कांबळी, ल. वि. नाईक, सुशीलाबाई बा. खानोलकर, इंदू अनंत कुळकर्णी, सुमित्राबाई देवराम केनवडेकर, सुधा मे. शिरोडकर, सीताबाई बा. देसाई, उषा वि. खांडेकर, सूर्यकांत वा. देसाई, सुशीलाबाई मे. शिरोडकर, शरदचंद्र मे. शिरोडकर, के. ता. परब, रा. राघोबा कामत, रा. द. आजगावकर, म. वि. शिरोडकर, चंद्रशेखर र. खटखटे, ज. ना. सौदागर, सखाराम स. शिरोडकर, गो. आ. परब, मोहनदास वि. केशकामत, म. ल. कर्न्याळकर, श्री. नि. निखार्गे, बा. वि. कांबळी, कृ. व्यं. रावळे, बा. पुं. मोर्जे, पुं. सा. दळवी, वि. अ. परब, कृ. तु. पेडणेकर, भि. अ. वैद्य. रा. बा. चांभार, प. ए. आजगावकर, तु. गो. पेडणेकर, म. एस. आजगावकर, गो. बा. पेडणेकर, पुं. बा. परब, न. अ. नाबर, मो. मु. म्हापसेकर, बा. वा. देवस्थळी, वि. शं. नाबर, रा. सी. परब, म. ना. मोची, आ. रा. केसरकर, मारुती चंद्रोबा चिटणीस, रा. रा. सुखी. स. ल. चव्हाण, अंकुश रामा वेंगुर्लेकर, वि. शे. दळवी, गुरुनाथ द्वा. दळवी, रा. सचिव प्रभु, देवराम संतु केनवडेकर, एकनाथ ल. जोशी, य. ना. नार्वेकर, मे. द. शिरोडकर, शं. प. शिनारी, मा. जि. मालवणकर, ब. ला. कब्रे, बा. ह. सावंत, ग. शि. शिरोडकर, सं. भा. चौकेकर, देऊ सगुण कन्याळकर, स. द्वारकानाथ, ह. य. कामत, बा. र. परब, या. ल. कीर, मोतिराम एम. शिरोडकर, पां. भि. शिरोडकर, शं. सि. झतोडकर, ग. वा. राजाध्यक्ष, अ. रा. पेटकर, ब. स. चांभार, लक्ष्मीकांत शां. रेगे, पां. र. खटखटे, देबराज ल. मालवणकर, वि. स. खांडेकर, बॅ. सावकरकर, वा. ना. वेंगुर्लेकर, स. आ. महार, प. र. शिरगावकर, बा. शं. जाधव, पुं. बा. परब, नवसी अर्जुन नाबर, बा. रा वाडकर, बा. ल. चव्हाण, दिगंबर स. आसोलकर, य. आ. शिरोडकर, प. जि. नाडकर्णी, ना. भि फाटक, रमाकांत जि. राजाध्यक्ष, ग. बि. नाईक, प्र. वि. राजाध्यक्ष. बा. आ. सौदागर, पां. रा. सदु चांभार, चा. शं. रेगे, र. रा. रेगे, बी. आर. कोठारी, वि. ग. वंजारे, म. ना. नार्वेकर, दुर्गाराम

पुं. मुंज, लाडकोबा रा. पडते, शंकर महार, ना. पां. बोंद्रे, अ. दा. गावडे, ज. क. गावडे, मो. नी. निखार्गे, वि. स. कोटणीस, के. रा. जाधव महार, व. शं. करगुटकर, ज. द्वारकानाथ दळवी, मे. शं. दळवी, स. मं. दळवी, रा. दा. प्रभु, आ. कृ. भागवत, सत्यभामाबाई दा. प्रभु, ना. स. केदार, न्हानु ना. माईणकर, बा. आ. जाधव महार, वि. वि. शिरोडकर, सा. न. तेंडोलकर. वि. पुं. कांबळी, वि. चि. दळवी, श्री. अ. कुळकर्णी, गुणाजी राघोबा नाईक, आ. भि. कांबळी, म. तु. वालावालकर, भा. स. कर्वे, भार्गव म. फाटक, पां. वि. करमरकर, श्री. स. महाजन, सा. रा. कावळे, शि. आ. सौदागर, शंकर हरी शिरोडकर, पां. बा. पांगम, पां. ग. मराठे, सोमा स. नागवेकर, सि. गो. पेडणेकर, मोतिराम य. पांगम, बा. आ. महात्मे, राजाराम रेडकर, यशवंत गणेश ठाकूर, मुकुंद कृष्णाजी खानोलकर, विठोबा नाना गावडे.

अखिल हिंदी पंगत

रा. पां. महार, ना. म. कसबेकर, म. शं. दळवी, सय्यद महंमद सय्यद इमाम, ज. द. आजगावकर, शां. बा. आजगावकर, सी. पु. पटवर्धन.

२३ मार्च, १९३७

बॅ. सावरकर यांचे भाषण

(शिरोड येथे ता. २०/३/१९३७ रोजी झालेल्या सहभोजनाच्या प्रसंगी बॅ. तात्याराव सावरकर यांनी केलेले भाषण सारांशरूपाने पुढे दिले आहे. भाषणाचा प्रस्तुत गोषवारा लिहून पाठविल्याबद्दल वेंगुर्ले येथील उत्साही कार्यकर्ते श्री. शि. जा. सौदागर यांचे आम्ही आभारी आहोत. संपादक, वैनतेय)

काही गोष्टी फार क्षुल्लक असतात. तरीपण त्यांना परिस्थितीच्या मानाने फार महत्त्व असते. वाघ हा क्रूर प्राणी आहे व गावच्या संरक्षणाकरिता त्याला मारला पाहिजे; पण आपल्या अंथरुणातील ढेकूण क्षुल्लक असला, तरी तोच माणसाला नेहमी त्रासदायक होत असतो. तीच गोष्ट बरोबर आपल्या समाजाची आहे. युरोपात विमाने राजकीय शोध घेत आहेत. युरोपातील होणाऱ्या लढाईचा जितका त्रास वेंगुर्ल्याला अगर शिरोड्याला होतो, त्याच्याहूनही जास्त त्रास या जातीच्या लढ्यात होत आहे. विंचू लहान असला, तरी त्याची उपेक्षा करून चालणार नाही. तसेच प्रश्न क्षुल्लक असले, तरी त्याकडे लक्ष दिले पाहिजे. जातिनिष्ठा नष्ट करण्याकरिता निदान तीन वर्षांचा तरी कार्यक्रम आखा. मी राजकारणाच्या खालोखाल समाजकारणाला महत्त्व देतो. मला प्रत्यक्ष राजकारणात भाग घेता येत नाही म्हणून मी समाजकारणालाच वाहून घेण्याचे ठरविले आहे.

जातिभेद म्हणजे काय?

जातिभेद हा चतुष्पाद प्राणी आहे. त्याचे चतुष्पाद म्हणजे व्यवसायबंदी, स्पर्शबंदी, रोटीबंदी व बेटीबंदी हे होत. आर्थिक परिस्थितीमुळे व्यवसायबंदी जवळजवळ पूर्णपणे सुटलेली आहेत. प्रत्येक वर्ण पाहिजे तो व्यवसाय करू शकतो. फक्त भंगी आणि भट या दोन धंद्यांपुरती काय ती व्यवसायबंदी शिल्लक आहे. पोथी म्हटली म्हणजे, त्या ठिकाणी ब्राह्मण आलाच पाहिजे. भेट झाल्याशिवाय आपले होत नाही,

हा दोष भटांचा नसून भावनांचा आहे. जातवार धंदा चालत नाही. सोनार कासाराचा धंदा करतो. कासार मास्तरांचा धंदा करतो. शिंपी कारकून होतो अशी धंद्याची स्थिती आहे. जात ब्राह्मण, धंदा भंगी, जात भंगी धंदा भटपण असे ऐकिवात नाही. हे दोन धंदे जरी वगळले, तर या चतुष्पादांपैकी एक पाद तुटल्यासारखा आहे.

दुसरा पाय स्पर्शबंदी

स्पर्शबंदी रत्नागिरी जिल्ह्यात बऱ्याच प्रमाणात तुटलेली आहे. आमचे सनातनी बांधवांतही पूर्वीची कडकडीत भांडणे आता राहिली नाहीत. तेसुद्धा सरमिसळ बसू शकतात. फारतर घरी जाऊन अंघोळ करीत असतील. त्यांनी घरी काय करावे याकडे लक्ष देण्याची आम्हास जरुरी नाही.

एकत्र बसल्याने भाषेवर परिणाम होतो ही गोष्ट खोटी आहे. शाळेत जाणाऱ्या मुलांत ब्राह्मणाचा मुलगा हरिजनांच्या संगतीने त्याची भाषा बोलू लागला असे एखादे उदाहरण मला दाखवून द्यावे. उलट, मी असे सांगतो ब्राह्मणांच्या सहवासाने हरिजन ब्राह्मणांची भाषा बोलू लागले. हरिजनांत सुधारणा झाली. मतदानाच्या बाबतीतही जागृती झाली. त्याचे प्रात्यक्षिक म्हणजे, परवाच्या निवडणुकीत आंबेडकर पक्षाचा झालेला विजय हे होय. चांभार बंधूंनीही आपली एकी करावी.

हरिजनांचा छळ

जयपूरच्या महारवाड्यात तुपाच्या पुऱ्या तळल्याबरोबर गावेच्या गावे त्यांचे वर तुटून पडली. रेसिडेन्सी पोलीस आले त्या वेळी पुन्हा स्वराज्य (?) स्थापन झाले. म्हारणीने पुतळी गळ्यात घातली म्हणून तिला मारपीट करण्यात आली. अशी उदाहरणे नित्याची घडत असल्याचे ऐकू येत आहे. असे प्रकार आमच्याकडेच चालत नसून युरोपातसुद्धा सुरू आहेत. एडवर्ड सिंप्सन विवाहामुळे एडवर्डला राजत्याग करावा लागला याला खरे कारण विवाह नसून रूढी आहे. ख्रिश्चनांत अस्पृश्य व स्पृश्य असे दोन भाग आहेत. ते एकमेकांच्या चर्चमध्ये जात नाहीत मात्र दोघांची प्रार्थना एकच असते! ग्वाल्हेरमध्ये अशा वादावरून खटले भरले गेले आहेत.

रोटीबंदी

जाती सोडण्याच्या दृष्टीने रोटीबंदी तोडणे इष्ट आहे. पाचलेगावकर महाराज एक वेळ माझ्यावर रागावले. ते म्हणाले, 'सहभोजन म्हणजे एकमेकांच्या तोंडात थुंकणे.' मी त्यांना म्हणालो, 'आपण ब्राह्मण भोजन करता त्या वेळी एकमेकांच्या तोंडात थुंकता काय? ब्राह्मणभोजन जर निषिद्ध नाही, तर सहभोजन तरी का?' जातिभेद मोडून आम्ही स्वराज्य जवळ आणू असे मुळीच नाही. ब्रह्मदेश सहभोजनी इतकेच नव्हे, तर सर्वभोजनी आहे. तरीही तेथे परकीय राजा आहेच.

फ्रेंच लोकांनी उत्खनन केले, त्या वेळी मूर्ती सापडल्या. मेक्सिकोपर्यंत आपले राज्य होते. सैबिस्थात इंद्र आणि मित्र यांचे संधी दगडावर कोरलेले सापडले आहेत. जावा, इजिप्त, सैबेरिया या देशांतून आज मनुस्मृतीचे भाग मिळताहेत. मनुष्याच्या तत्त्वज्ञानापासून सर्व राष्ट्रांनी शिकावे असे ते प्रगल्भ तत्त्वज्ञान आहे. मेक्सिकोपर्यंत आमची जहाजे पूर्वी जात-येत होती. सध्याच्या सीरिया हा आमचा पूर्वीचा सूर देश होय. बोरबोडा (जावा)मध्ये आमची पहिली बोट गेली, त्याचा शिलालेखात उल्लेख आहे. बाली बेटांत ब्राह्मणाची वस्ती होती. त्यांचे वंशज आमच्याकडे देव्हाऱ्यातून काही ठिकाणी ठेवण्यात येणाऱ्या डबीतील देवाप्रमाणे जानवी गळ्यात घालून ठेवतात आणि श्राद्ध वगैरेंच्या दिवशी फक्त ते काढून त्याची पूजा वगैरे करतात. आमची जहाजे एके काळी संध्येच्या पळीत मोठे वादळ होऊन विटाळ या तीन अक्षरी शब्दात बुडाली! परदेशात जाऊ नका, हिंदू एकत्र होऊ नका, जातीजातींत जेवू नका, प्रत्येकानेही आपापल्या जातीत जेवू नये कारण कोण जाणे, कोणाचे काय पाप असेल? रोटीबंदीमुळे परदेशगमन निषिद्ध म्हणून परदेशात असलेले आपले राज्य या पायी गेले. या कल्पनेमुळे आपण बाहेर जाण्याचे बंद झालो. रोटीबंदीमुळे समुद्रोल्लंघन बंद झाले व त्यामुळे आपला परदेशी व्यापार बंद झाला व हा व्यापार परदेशी परकीयांच्या हातात जाऊन बसला. परकीय मनुष्य मात्र आमच्या देशात आल्यास चालतो. हिंदुस्थानात वाटेल त्याने यावे आपण मात्र सिंधू हद्द ओलांडून परदेशात जाता कामा नये. युरोपातील मास्को, फ्रेंच वगैरे एकही आमच्याकडे माहीत नव्हते. नाना फडणविसांसारखी चाणाक्ष माणसे त्या वेळी तिकडे असती, तर किती काम झाले असते. तिकडील बेटांत राहणाऱ्या इग्रंजांना आमच्या शनिवारवाड्यातील दासी किती, त्यांना तनखा काय वगैरे बारीकसारीक माहिती होती. उलट, त्या वेळी आमच्या राजकारण्यांना फ्रेंचांकडे विचारावे लागत असे की इंग्लंडला माणसे किती? जर त्या वेळी सिंधुबंदी नसती, तर आमचे हजारो लोक तिकडे जाऊ शकले असते. मंगळावरील एखादा मनुष्य त्या वेळी आला असता व त्याला हिंदुस्थान व इंग्लंडच्या भवितव्यासंबंधी विचारले असते, तर त्याने इंग्लंडवर हिंदुस्थान राज्य

करील असे सांगितले असते. १७९५ साली खर्ड्याची लढाई इकडे चालू होती व तिकडे अमेरिकन युद्ध सुरू होते. ज्या युरोपशी आमची टक्कर होती, त्या ठिकाणी आमचा एकही मनुष्य नव्हता. जातिबंदीपायी व रोटीबंदीपायी आमचे सर्व प्रयत्न फुकट गेले. आमच्या घरातील बीळन्‌बीळ शत्रूला माहीत आहे. पण आपणाला मात्र त्यांच्या देशात तळी आहेत, स्त्रिया आहेत की माकडे आहेत हे माहीत नाही!

दुसऱ्याचा भाग पोटात गेल्याबरोबर सर्व बाटले, घरावर पाय टाकल्याने लोक बाटले, विहिरीत पायाचे तुकडे टाकलेले पाणी प्याल्याबरोबर सबंधच्या सबंध कुटुंब बाटले अशी ही वाटाघाटी सुरू झाली. खाल्ल्याने जात जाते या पायी शे.९९ लोक बाटले. शुद्धी करून घेण्याचे त्या वेळी नव्हते. शुद्धीकरणाची पद्धत रोटीबंदी तुटल्याशिवाय निरुपयोगी होईल. जात स्वयंपाकघरात जन्माला येते. या कल्पनेपायी समाजघात झाला. मूर्खपणामुळे आपण बाटलो.

बेटीबंदी

संस्कृती भिन्न असल्यामुळे बेटी व्यवहार फार होतील असे मानू नका. मात्र जर अनुरूप वधू-वरांनी असा विचार केला तर बहिष्कार घालू नका. सहभोजनांची चळवळ तीन वर्षे चालवा. राजकीय चळवळीबरोबर सामाजिक चळवळ चालली पाहिजे. एका बाजूने राजोबा रागावणार व दुसऱ्या बाजूने आजोबा रागावणार म्हणून स्वस्थ बसू नका.

६ एप्रिल, १९३७

परिशिष्ट

परिशिष्ट १

वाङ्मयविचार : साप्ताहिक वैनतेय प्रकाशनतिथी

१) २० डिसेंबर २७	२) ०३ एप्रिल २८	३) २३ जून २८
४) ०३ जुलै २८	५) १७ जुलै २८	६) ०७ ऑगस्ट २८
७) १४ ऑगस्ट २८	८) ०४ ऑगस्ट २८	९) ०२ जुलै २९
१०) ०९ जुलै २९	११) १० जुलै २९	१२) ०३ जुलै २९
१३) १७ सप्टेंबर २९	१४) ०१ ऑक्टोबर २९	१५) ०८ ऑगस्ट २९
१६) २२ ऑक्टोबर २९	१७) २९ नोव्हेंबर, २९	

परिशिष्ट २

पुस्तकपरिचय : ग्रंथ व साप्ताहिक वैनतेय प्रकाशनतिथी

०१. गडकरी यांच्या आठवणींचा संग्रह : २८ फेब्रुवारी २८

०२. 'हिंदुपदपातशाही' लेखसंग्रह : बॅ. सावरकर, अनु. डी. सावरकर, सुखस्वप्ने : कथासंग्रह : वा. ना. देशपांडे : १० जुलै २८

०३. 'ऐतिहासिक पोवाडे' : संग्रह : य. न. केळकर : २९ जुलै २९

०४. 'वासंती' : बाल-काव्यसंग्रह : वि. स. सुखटणकर : ३ सप्टेंबर २९

०५. 'शशिमोहन' : खंडकाव्य : वा. मु. पाठक 'दुर्वांकूर' कवितासंग्रह : गोपीनाथ तळवलकर : १२ डिसेंबर २९

०६. 'भावमन्थन' : कवितासंग्रह 'यशवंत', 'आनंदाचे साम्राज्य', : व्याख्यानांचा संग्रह : कृष्णमूर्ती, अनु. भागवत, 'माधवी' कवितासंग्रह : काङ्‌मयविहार मंडळ, नाशिक : ४ मार्च ३०

०७. 'पत्त्यांचा बंगला' : कादंबरी : प. म. कमतकर 'राजसंन्यासाची पुरवणी' : नाटक : रा. ग. गडकरी, पुरवणी : स. द. मुळे : २९ एप्रिल ३०

०८. 'यशवंत' : खास अंक, एप्रिल-मे ३०, गोमंतक परिचय प्रो. वा. वा. सावर्डेकर, स्थूलतनुवर्णन' : शरीरशास्त्रविषयक माहिती : रा. पा. वैद्य, 'काव्यतरंगिणी' कवितासंग्रह : रा. पा. वैद्य 'हिरवळ' कवितासंग्रह : तरुण गोमंतकीय कवी : ३ जून ३०

०९. 'श्रीमुखात' नाटक : य. गो. जोशी : 'गुरुदक्षिणा' नाटक : प्र. के. अत्रे : १२ ऑगस्ट ३०

१०. 'प्रयत्नांती परमेश्वर' : डॉ. नवले यांचे चरित्र : प्रकाशक दीनबंधू संस्था, 'प्रफुल्ल पद्माकर' : कवितासंग्रह : पद्माकर 'नंदिनी व महाराणा प्रताप' : खंडकाव्य : तिवारी : १९ ऑगस्ट ३०

११. 'वाङ्‌मयविलास' : टीकालेख : ग. त्र्यं. माडखोलकर : ५ ऑक्टोबर ३७

परिशिष्ट ३

वार्तापत्र : विषय व साप्ताहिक वैनतेय प्रकाशनतिथी

१.	'१४वे महाराष्ट्र साहित्यसंमेलन'	२१ जून २९
२.	'शिरोडे येथील कायदेभंग'	२९ एप्रिल, ६, १३,१६, १७, १८ मे ३०
३.	'महाराष्ट्र साहित्य संमेलन'	१३ मे ३०

■